# நெற்றியில் தழும்பில்லாத பெண்

ரமேஷ் ரக்சன்

யாவரும்
பப்ளிஷர்ஸ்

The views and opinions expressed in this book are the author's own. The facts contained herein were reported to be true as on the date of publication by the author to the publishers of the book, and the publishers are not in any way liable for their accuracy or veracity.

- நெற்றியில் தழும்பில்லாத பெண் ● சிறுகதை ● ரமேஷ் ரக்சன் ©
- முதல் பதிப்பு : ஜூலை 2024
- Neṟṟiyil taḻumpillāta peṇ ● Short stories ● Ramesh Rackson ©
- First Edition : July 2024
- Pages : 136 ● Price : ₹ 160/-
- ISBN : 978-81-19568-26-0

Released by :

M/s. Yaavarum Publishers
24, Shop no - B, S.G.P Naidu Complex,
Dhandeeswaram Bus Stop
Opp: Bharathiar Park
Velachery Main Road
Velachery, Chennai - 600 042

90424 61472
yaavarum1@gmail.com
Url : www.yaavarum.com; www.be4books.com

Proofread by Sridevi Selvarajan

Designed by :
Y Creations

All rights, including professional, amateur, motion pictures, recitation, public reading, broadcasting and the rights of translation into foreign languages are strictly reserved. No part of this book may be reproduced in whole or in part or utilized in any form or by any means electronic or mechanical, including photocopying, recording or by any information storage and retrieval system now known or hereafter invented, without the prior written permission of the author/ publisher.

 This book contains no AI-generated texts or illustrations. All written content and artwork have been created by human authors and artists.

என் உடலுக்குள் மாட்டிக்கொண்டு
அல்லல்படும் இசக்கியின் ஆண்
வடிவமான எனக்கே...

**ரமேஷ் ரக்சன்** (1987)

திருநெல்வேலியை சொந்த ஊராகக் கொண்டவர். தற்போது நாகர்கோவிலில் பணிபுரிந்து வருகிறார்.

இதுவரை வெளிவந்துள்ள படைப்புகள் :

1. 16 – சிறுகதைகள்
2. ரகசியம் இருப்பதாய் – சிறுகதைகள்
3. பெர்ஃப்யூம் – சிறுகதைகள்
4. நாக்குட்டி – நாவல்
5. நூற்றி முப்பத்தியோரு பங்கு & பிற கதைகள் – சிறுகதை தொகுப்பு
6. 4 சீசன்ஸ் – நாவல்

'ரகசியம் இருப்பதாய்' சிறுகதை தொகுப்பிற்காக '2016 ம் ஆண்டு 'ஜெயந்தன் படைப்பிலக்கிய விருது' பெற்றிருக்கிறார்.

rameshrackson@gmail.com
+91 96779 97797

நம்புதல் போர்த்தொழில்
ஏமாறுதலே கலை

ரகசியம் இருப்பதாய் சிறுகதைத் தொகுப்பிலுள்ள ஒரு கதையில், தழும்பே இல்லாத உடலுக்கு சொந்தக்காரனான தன் கணவனிடம் பிள்ளை பெற்றுக்கொள்ள விரும்பாதவள் கருவை கலைப்பதாக எழுதியது ஞாபகத்தில் இருக்கிறது. தழும்பில்லாதவன் உடல், அவனது பால்யகாலம், அவனது ஆளுமை இவையெல்லாம் அவளுக்குள்ளேயே கேள்விக்குள்ளாக்கப்பட்டு, அந்த முடிவை அக்கதையில் அவள் எடுத்திருப்பாள்.

இன்னிசையின் நெற்றியில் அடிபட்டிருந்தபொழுது, அகிலாவை சமாதானம் செய்யும்பொருட்டு, முகத்தில் தழும்பில்லாத ஒரு பெண்ணைக்கூட பார்க்க முடியாது. இதை திருஷ்டியாக எடுத்துக்கொள்ளவும் என பேசத்தொடங்கினோம். அங்கிருந்து அந்த தழும்பைப்பற்றி உரையாடி, ஒவ்வொரு முகங்களாக நினைவுபடுத்தியதில், தழும்பில்லாத ஒருமுகம் கூட நினைவிற்கு வராமல் போக, அகிலாவும் சமாதானம் ஆனதாகத்தான் ஞாபகம். அல்லது அதைத்தொட்டு நான் அசைபோட்டு அந்த இடத்திற்கு வந்திருக்கவும் கூடும்.

முதல்கதை தொட்டு இன்றுவரை பெண் கதாப்பாத்திரங்களுக்கு பெயர் வைப்பதென்றால் அத்தனை சிரமமான காரியமாக இருக்கும். அப்படியே தான் தலைப்பும். அப்படி ஒவ்வொரு பெயருக்கும் போராடிப் பெயரிட்டு எழுதிக்கொண்டிருந்த கதையில், கதையின் கதாப்பாத்திரம் நீலவேணி தனக்குத்தானே சூடிக்கொண்ட பெயர் ‘நெற்றியில் தழும்பில்லாத பெண்’.

நெற்றியின் வடிவம் முகமாதலால், முகத்தில் தழும்பில்லாத பெண்ணை விட, நெற்றியில் தழும்பில்லாத பெண் என சொல்லுவதில் ஒரு கவர்ச்சியும், அழைப்பும் இருப்பதாகப்படவே தொகுப்பின் தலைப்பு அதுவேயென முடிவாகக்கொண்டேன். அதற்கு முன் பெர்ஃப்யூம்—2 என்று வைப்போமென ஜே.கேவும் நானும் பேசியிருந்தோம்.

கதைக்கு வெளியே எனக்குள் ஆழ்ந்த நீலவேணியின் துயர், மூச்சுமுட்ட வைத்தது. அந்தத்துயர், 'அருள் நிறைந்த மரியே வாழ்க' என காதில் விழவும், முழுவதுமாக கேட்கவும், வாசிக்கவும் விரும்பி கூகுளை நாடிப்போனதில், 'நெற்றியில் தழும்பில்லாத பெண்' அல்லது முகத்தில் தழும்பில்லாத பெண் என ஒரு பெண் இருப்பாளா? என்ற கேள்வியோடு அந்தக் கதையின் தலைப்பு 'தாயம்' என்றானது.

என்னுடைய 2023 ஆம் வருடத்திற்கு மட்டும் பதிமூன்றரை மாதங்கள்.

நான் பணிபுரியும் துறையில், ஜனவரி, பிப்ரவரி, மார்ச் மாதத்தில் தன் சொந்த சாவே என்றாலும், மார்ச் மாதம் முடிந்து தான் சுடுகாட்டிற்குச் செல்ல வேண்டும் எனும் அளவிற்கு வேலையும், மண்டைக்குடைச்சலும் குடியிருக்கும். அப்படியொரு சூழலையும் மீறி எழுந்த ஆக்ரோஷம், பிப்ரவரி மாதத்தில் மட்டும் இரண்டு கதை எழுத வைத்தது. அந்த உக்கிரம் அப்படியே தொடர, இப்போது தொகுப்பாகியிருக்கிறது.

ஐந்து சிறுகதைத்தொகுப்புகள், ஐந்து நாவல்கள், ஒரு கட்டுரைத்தொகுப்பு, ஒரு கவிதை தொகுப்பு எழுதுவேன். அத்தோடு எழுதுவதை நிறுத்திக்கொள்வேன் என '16' சிறுகதைத் தொகுப்பு வரும் முன்னரே ஜே கே—விடம் சொல்லியிருந்தேன். இது ஐந்தாவது சிறுகதைத்தொகுப்பு. சொன்ன சொல்லை மீறுவதற்கான எல்லா சாத்தியங்களையும் இசக்கிகள் வழங்கிக்கொண்டேயிருக்கிறார்கள். அவ்வகையில் அவள்களுக்கு நன்றி.

அர்த்தராத்திரியில் இரத்தச்சிவப்பில் சேலைகட்டிக்கொண்டு கணுக்கால் தாண்டி தரையோடு சடைமுடியை இழுத்துக்கொண்டு ஒற்றைப் பனைமரத்தை தாண்டி மைதானத்திற்குள் இறங்கி போகப்போக வளர்ந்து கொண்டே செல்லும் இசக்கியின் கண்மை

தொட்டு இந்தக் கதைகளை எழுதியிருக்கிறேன். மை படிந்த என் விரல் ரேகைகளை ஒவ்வொரு கதைக்குள்ளும் அச்சேற்றியிருக்கிறேன்.

ஒவ்வொரு தொடுகையும் ஒரு சாபம்

ஒவ்வொரு தொடுகையும் ஒரு விமோசனம்

சாபத்தின் நிழலில் இளைப்பாறுதலே விமோசனமென கண்டடைந்ததை முரசறிவித்தபோது கேட்ட உறுமல் சத்தத்தை உதாசீனப்படுத்தும் பொருட்டு அதன் உதட்டில் ஒரு சுண்டு சுண்டினேன். உடலேறிக்கொண்டது.

ரமேஷ் ரக்சன்

08—07—2024

## உள்ளடக்கம்

1. வெல்வெட் — 11
2. கிளுவைமுள் — 19
3. ஆப்பிள் — 38
4. நீர்வட்டம் — 44
5. தாயம் — 50
6. நூறாவது நாள் — 64
7. Fevikwik-ல் ஒட்டிக்கொள்ளும் ஐந்து மீன்கள் — 73
8. ஸீரோ வாட்ஸ் — 99
9. ரூபம் — 107
10. ஆர்ட்டீன்-6 — 114
11. கலைடாஸ்கோப் — 124
12. சதுரச்சக்கரம் — 131

# வெல்வெட்

தியாவின் கார், பேஸ்மெண்டை நோக்கித் திரும்பவும் ஹோட்டலின் காம்பவுண்ட் ஓரம் செக்யூரிட்டி பூத் தாண்டி தனது ரேஸிங் ப்ளூ டேங்கின் மீது கையூன்றியபடி மொபைல் பார்த்துக் கொண்டிருந்த பெவின் சாவியைத் திருகினான். இஞ்சின் கில் ஸ்விட்சை ஆன் செய்து இசைந்து கொடுக்கும் அந்த 2 நொடிகளை கவனித்தான். பின்னர் பைக்கை ஸ்டார்ட் செய்தான்.

ஸ்கோடா ஆக்டோவியாவை ரதமென பாவித்து ஓட்டுபவள் தியா. பெவினை சந்திப்பதற்கு முன்புவரை எப்போதும் அவள் முகம் திருவிழா கோலத்திலிருக்கும். அவள் தன்னை கவனிக்க வேண்டுமென்பதற்காக பின்னிருந்து இரண்டுமுறை ஹை பீம் அடித்துக் காட்டினான். வார நாளில் நிகழும் சந்திப்பாதலால் பைக் பார்க்கிங், கார் பார்க்கிங் என்று பிரித்து நிறுத்த அவசியமற்றுப் போனது. கதவைத் திறந்து வெளியேற முடியாதபடி பெவின் பைக்கை நிறுத்தவும், கண்ணாடியை இறக்கி, பைக்கை பின்னே நகர்த்தி நிறுத்தச் சொன்னாள். ட்யூட்டியிலிருந்து நேரே வந்துவிடுவதாகச் சொன்னவள் புத்தம் புது ஆடையிலிருப்பதைப் பார்த்ததும், கூர் அற்ற யோசனையோடு காலை உந்தி பைக்கைப் பின்னோக்கி நகர்த்தினான். சைடு ஸ்டாண்டை தரை நோக்கி இழுத்து விட்டுவிட்டு, அவள் இறங்கட்டுமென பார்த்துக் கொண்டிருந்தான்.

பைக்கிலிருந்து இறங்காததை பக்கவாட்டுக் கண்ணாடியின் வழியே உறுதி செய்துகொண்டு அவன் இறங்கி முன்னே செல்லட்டுமென காத்திருந்தாள். கதவைத்திறந்து வெளியே

காலெடுத்து வைக்கையில் தென்படும் அவள் குதிகாலின் அழகைக் காண பெவின் காத்திருந்தான். அது நிகழக்கூடாது என்பதில் தியா உறுதியாக இருந்தாள். இருவரின் ஹெட்லைட்டும் ஒன்றுபோல அணைந்தது. கண்ணாடியில் தன்னைப் பார்க்கிறாளா என்று பார்த்தவனுக்கு ஏமாற்றமே மிஞ்சியது. காரைக் கடந்து பெவின் முன்னே சென்றதும் இறங்கினாள்.

பேச நினைத்ததை குரலுயர்த்தாமல் பேசிவிட வேண்டுமென்பதைத் தவிர எந்த முன்னேற்பாடும் இல்லை. ஆனால் லிப்ட் அருகே சென்றதும் டைனிங் ஹாலில் அமர்ந்து பேசுவதா இல்லை ரூஃப் கார்டன் சென்றுவிடுவதாவென எழுந்த யோசனையைத் தகர்த்து லிப்ட் கதவு மூடியதும், ரூஃப் கார்டன் போகலாம் என்றாள். அறிமுகமற்றவர்களின் உடல் மொழியோடு இருவரும் ஏழாவது மாடி சென்றடையும் வரை நின்றிருந்தனர். “முன்னாடி போ வரேன்” என ரெஸ்ட் ரூம் நோக்கி நடந்தவளை வேடிக்கை பார்த்துக்கொண்டு நின்றான். கதவருகே சென்றதும் பெவினை நோக்கித் திரும்பினாள். மொபைலை பேண்டின் பின் பாக்கெட்டில் சொருகியபடி படியேற ஆரம்பித்தான்.

பெவின் தான் நச்சரித்தான். தியாவுக்கும் உடல் கட்டுக்குள் இல்லாமல் தேவைப்பட்டது. ஆனாலும் பணிச்சூழல் கருதி அழைப்பை மறுத்துப் பார்த்தாள் அவனோ விடுவதாக இல்லை. திரும்பத் திரும்ப கேட்டுக்கொண்டே இருந்தான். “இன்னையோட எத்தனை நாள் ஆகுது தெரியுமா?”

“நீ சேவ் பண்ணி வச்சிருக்ற cam girls ட்வீட்டர் ஐடி லிஸ்ட்ல எவளாவது அவ பாய்பிரண்ட் கூட வீடியோ போட்ருப்பாளே? இன்னைக்கு என்னை விட்றேன் டா. அவ்ளோ ஷெட்யூல் இருக்கு. இல்லனா only fans ல கூட பணம் கட்டிக்கோடா. எவ்ளோன்னு சொல்லு இப்பவே உனக்கு அனுப்புறேன் இன்னைக்கு விட்ருடா ப்ளீஸ்”. ஒற்றை ம்-மோடு போனைத் துண்டித்தான்.

இரண்டு நிமிடத்தில் வீடியோ காலில் அழைத்தாள். என்னால பேச முடியாது. ஸ்க்ரீன் ரெக்கார்ட் பண்ணாத. இரண்டு கட்டளைகளுக்கும் கட்டுப்படுவதாக சொன்னான். அப்படியே லைனில் இருக்கச் சொல்லிவிட்டு, கம்ப்யூட்டர் முன்பிருந்த

ஐடிகார்டை கழுத்தில் மாட்டினான். இயர் பட்ஸை கேஸிலிருந்து எடுத்து காதில் சொருகிவிட்டு செர்வர் ரூமிலிருந்து தியாவை பார்த்துக்கொண்டே ரெஸ்ட்ரூம் நோக்கி நடந்தான்.

வழக்கமாக அமரும் மேஜை இவர்களின் வருகைக்காகவே காலியாக இருந்தது. அவளோ படிக்கட்டுகளில் தென்படவில்லை. இறங்கிச் சென்று பார்க்கவும் தோன்றியது. போனில் அழைத்து என்னவென கேட்பதற்குப் பதிலாக காத்திருக்கலாமென்று தோன்றியது. *I can't handle this.* நிறைய முறை சொல்லியிருக்கிறாள். இதன் தொடர்ச்சியாக பிரிந்துவிடலாமென நடைமுறைச் சிக்கல்களை எடுத்துச் சொல்லியிருக்கிறாள். சில நேரம் அழுதபடியே. ஆனால் கடந்த சிலமுறையாக தென்படும் அந்த தீர்க்கமான குரலும் வெளிப்பட்ட தொனியும், அவனை கொஞ்சம் அசைத்துப் பார்க்கத்தான் செய்தது. இருந்தும் ஒரேயொரு சதவீதம் மட்டுமே சுமந்துகொண்டு வந்திருக்கும் நம்பிக்கையை ஆயிரம் மடங்காகப் பெருக்கிவிட முடியுமென்கிற நம்பிக்கையும், ஒருவேளை மறுத்துவிட்டால்? என்கிற துக்கமும் உடலின் எல்லா தசைகளையும் நெருக்கியது. ஜீன்ஸ் பேண்டின் எடையை உணர்ந்தான். படிக்கட்டில் நிற்பதும் இரண்டு படி இறங்குவதும் பின் மேலேறுவதும் மீண்டும் இறங்குவதுமாக பெவின் தத்தளித்துக் கொண்டிருந்தான்.

ஓட்டிப்பார்த்துக்கொண்டு வந்த அந்த முதல் நிகழ்வை வலுக்கட்டாயமாக நினைவிலிருந்து தியா துண்டித்தாள்.

அவளின் முகத்தில் எந்த சலனமும் இல்லை. ஒருவேளை அழுதிருப்பாளா என்றால் அதற்கான தடயமும் இல்லை. டேட்? எந்த வாரம் என்பது ஞாபகம் இருந்தது. ஹேண்ட் பர்ஸ். அதோடு ஒட்டினாற்போல போன். லிப்டில் வைத்தே கவனித்திருந்தான். ரூஃப் கார்டன் வாசலுக்கு நேர் மேலே மாட்டியிருந்த கடிகாரத்தைப் பார்த்தான். 4:45 என்று காட்டியது.

எதிரெதிரே அமர்ந்தனர். *Engine kill switch* மாதிரி ஏதோ ஒன்று தேவைப்பட்டது மௌனத்தை கலைப்பதற்கு. பிரச்சனை இருவரிடத்திலும் இல்லையென தெரிந்தபிறகு பிரிவை முறையாக முகத்திற்கு நேராக அறிவிப்பதே சரியெனப்பட்ட நாளிலிருந்து தன்னை தயார்படுத்தத் தொடங்கியிருந்தாள். இந்த மேகத்தை கலைத்து விடலாமெனும் நம்பிக்கையோடும்,

பயத்தோடும் அவளது முகத்தையே பார்த்துக் கொண்டிருந்தான்.

மதியம் சாப்பிட்டு முடித்த கையோடு, புது ஆடையில் தன்னை அலங்கரித்துக் கொள்வது போன்ற காட்சி அவளை அதற்கு மேல் இருக்க அனுமதிக்கவில்லை. மாலை நேரத்திற்கு கேட்டு வைத்திருந்த அனுமதியை, மதிய விடுப்பாக மாற்றினாள். சொல்ல விரும்பாத பொய்களும் காரணங்களும், சொல்ல நேர்ந்ததால் கூடுதல் அழுத்தத்தை கொடுத்தது. பார்க்கிங்கில் இருந்து காரை வெளியே எடுத்ததும், ஆசுவாசமானாள். போதாதென்று மொபைலை flight mode-ற்கு மாற்றினாள். ஷாப்பிங் முடித்து பில் கவுண்டர் வரும்வரைக்கும் இதை மாற்றக்கூடாது என்ற முடிவும் அதில் அடக்கம்.

தியாவுக்கு இன்னும் கொஞ்சம் அமைதியும் தனிமையும் தேவைப்பட்டது. பெவினுக்கும் சேர்த்து எடுத்திருந்த சட்டையை, வேண்டாமென்று பில் கவுண்டரில் சொன்னாள். மீண்டும் சேர்க்கச் சொன்னாள். நேரம் எடுத்துக் கொண்டாள்.

மேஜையிலிருந்த கார் சாவியை பெவின் பக்கம் நீட்டினாள். 'உனக்கும் சட்டை எடுத்தேன். போட்டிருக்ற சட்டைய பின் சீட்ல கழட்டி வச்சிட்டு, அத போட்டுட்டு வா' என்றனுப்பினாள். இன்னுமொரு 5 நிமிடம். உண்மையில் தனக்கு என்ன தேவை என்பதில் தெளிவாகத்தான் இருந்தாள். காதலின் நினைவில் கிடந்து மருகிப்போவதற்கு நேரமில்லாத அளவிற்கு வேலை. அது அவளை நன்றாகவே பார்த்துக் கொள்ளும். தன்னை முழுமையாக ஆட்கொண்டிருப்பது வேலை தானே தவிர இவனல்ல. இவன் கொண்ட காதல் அல்ல என்பதையும் உணர்ந்திருந்தாள். ஆனாலும் அன்றாடத்தின் எந்த நிகழ்வாயினும், மேலே படர்ந்துகொள்ளும் சூன்யத்தை வெறுத்தாள்.

மனம் முதல் சொல்லுக்காக தடுமாறியது. ஒரு வாரத்திற்கு முன்பே முடிவெடுத்திருந்தாலும், மூன்று நாட்களுக்கு முன்புதான் பெவினுக்குத் தெரிவித்தாள். என்னால இந்த காதலை கையாள முடியல. உன் மேல எந்த தப்பும் இல்ல. நாம பிரிஞ்சிடலாம். 9 மாசத்துல இதோட சேர்த்தா 4வது ப்ரேக்கப் – பெவினின் பதிலை மீண்டும் மீண்டும் வாட்சப்பில் பார்த்தாள். காதலைக்கண்டு அஞ்சி ஓடுவதை அவன் புரிய வைத்தான், ஏளனம் செய்தான். கோபத்தில் கத்தினான்.

இம்முறை அவளைப்போலவே மௌனம் காத்தான். தியாவினால் சும்மா இருக்க முடியவில்லை. நெயில் ரிமூவர் டப்பாவிலிருந்து ஒரு *Wipes* எடுத்து நகங்களில் பூசியிருந்த *burning tango nail polish* நிறத்தை துடைத்தெடுத்தாள். பெவின் வரும்வரைக்கும் வெறுமனே அவளால் இருக்கமுடியவில்லை.

எதுக்கு இவ்ளோ நேரம்? - ஸ்டெப்ஸ்ல போய்ட்டு, ஸ்டெப்ஸ்ல வந்தேன்.

வந்த அழுகையை பற்களினிடையே வைத்து இறுகக் கடித்தாள். காபி வந்தது. படியேறி இறங்கியதில் ஒருவாறாக தெளிந்திருந்தான். குழப்பத்தின் அந்தி அவனிடம் கொஞ்சம் மறைந்திருந்தது. இம்முறையும் அவள் கிறுக்குத்தனத்தை கலைத்துவிடலாம் என்கிற நம்பிக்கையோடு ஒரு மிடறு காபியை குடித்துவிட்டு கேட்டான்.

ப்ரேக்கப் பண்ணிட்டு காபி குடிக்றோமா? இல்ல காபி குடிச்சிட்டு ப்ரேக்கப் பண்றோமா?

எதுக்காக ஸ்டெப்ஸ்ல போன? - 'நீ பைக்க பின்னாடி எடுன்னு சொல்லி ஒரு பார்வை பார்த்தியே அப்போ காருக்குள்ள வச்சி செக்ஸ் வச்சிக்கலாமானு கேக்க தோணிச்சிது.' என்பதுபோல பார்த்தான்.

மூன்று முறையுமே வேலையின் அழுத்தம் அவளை இப்படியெல்லாம் பேசவைக்கிறதே தவிர, சரியாகிவிடுவாள் என்கிற சுயசமாதானம் அவனிடமிருந்தது. இம்முறையோ அவளின் முன்னேற்பாடுகளும் நிதானமும், சலனமில்லா முகமும், தடுமாற்றமில்லாத பார்வையும், போதாத குறைக்கு புத்தம்புது ஆடையில், வந்திறங்கியதும் மனதளவில் தயாராகிவிட்டதற்கான அறிகுறியாகப்பட்டது. ஆனாலும் அந்த ஒரு சதவீதம், தராசை அவனுக்கு சாதகமாக நிற்க வைத்திருந்தது. பிரிந்த பிறகு பெண்கள் செய்வது என்ன? என்கிற கேள்வியை கூகுளில் தேடியபோது, எதுவுமே தியாவுக்குப் பொருந்தாததாக இருந்தது. இந்தியப் பெண்கள் காதலில் ப்ரேக்கப்-பிற்குப் பிறகு, அதிலிருந்து வெளியேற என்னவெல்லாம் செய்வார்களென அடுத்து தேடினான்.

முதற்கட்டமாக ஷாப்பிங் சென்றிருப்பாளோ? அப்படியானால் முழுவதுமாகவே தயாராகிவிட்டாளா?

நம் உறவை முறித்துக்கொள்ளலாமெனநேரில் அழைத்திருப்பது இதுவே முதல்முறை. வருகின்ற நாட்களில் அவனோடு நட்பு பாராட்ட விரும்பும் குட்டி சபலத்தை சோதித்துப் பார்க்கவும்தான் இந்த அழைப்பு. அவன் அழைப்பை தவிர்த்துவிடலாம். ஆனால் தனக்குத் தேடுமே. அந்த நொடிகளை என்ன செய்வது? *Instant* காதலுக்கும் *instant* காமத்திற்கும் பெவினை சார்ந்திருக்காமல் தப்பிப்பதை சவாலாக ஏற்று ஆனால் அவளே வீடியோகாலில் அழைத்து அவன்முன் நின்றபோது, முந்திக்கொண்டது எதுவென குழம்பினாள்.

இணையளத்தில் தேடித் தோற்றதை சொன்னபோது அதை ரசித்தாள். மில்லியளவுக்கு சிரித்தாள். பேச வேண்டியதில் கவனம் சிதறாமலிருக்க, பேச்சைத் தவிர்த்து, முகம் பார்க்காமல் காபியைப் பருகினாள்.

எதனாலெல்லாம் பெவின் வேண்டாமென்ற பட்டியல் தயாராக இருந்தது. அந்த இடத்தில் பெவின் என்றில்லை அவள் காதலுக்குள் யாரை அனுமதித்தாலும் இதே நிலையாதலால், அவனோடு போராடவேண்டிய அவசியமற்றுப்போனது. டிஷ்யூ பேப்பரில் உதட்டை ஒத்தியெடுத்துவிட்டு, பர்ஸிலிருந்து மடித்து வைத்திருந்த பேப்பரை, பிரிக்காமல் அப்படியே நீட்டினாள்.

இங்கயே படிக்கனுமா? இல்ல கிளம்புறமா? – இந்தக் கேள்வி, தியா ஒத்திகையில் தவறவிட்ட இடம்.

*

நீ எனக்கு கிடைச்சதுமே இந்த வருசத்திற்கு உன்னோட பெயர்னு முடிவு பண்ணினேன். அது இந்த வருசத்தோட முடியட்டும்னு விரும்புறேன்.

எனக்கு உன்னை காதலிக்கிறதுலயோ நீ என்னை காதலிக்கிறதுலையோ பிரச்சனையில்லை. யோசிச்சிப் பார்த்தா நேரம் ஒதுக்குறதுல கூட பிரச்சனையிருக்கிற மாதிரி தெரியல. ஆனா உன்னோட நினைப்பும் காதலும் என்னை ஆட்டுவிக்கிறது பிடிக்கல. எப்பொழுதும் உன்ன நினைச்சிகிட்டே இருக்கிற மாதிரி இருக்கு. என்னோட வேலைகள் எதுவும் தடைபடல. அதுல எல்லாம் நான் ரொம்ப தெளிவா தான் இருக்கேன்.

ஆனா நீ என் மண்டைக்குள்ள இருக்குறது எனக்கு பிடிக்கல. என் காதல் உன்ன சார்ந்திருக்கு என் காமம் உன்ன சார்ந்திருக்கு. அது எனக்கு பிடிக்கல. இப்படி சொல்றதுக்குள்ள ஒழுக்கமோ நேர்மையோ சிக்கலா இல்ல. எனக்கு காதலோ காமமோ ஒரு ரிலாக்ஷேசன் மட்டும் தான். அதுக்காக நான் என்ன கமிட் பண்ணிக்றது என்னை நானே சிறை வச்சிக்கிற மாதிரி இருக்கு. நான் ஏன் உன்ன தேடனும்? நீ என்ன நச்சு பண்ணும்போது கூட நான் ட்யூட்டில இருக்கேன் பார்ன் மூவி பாத்துக்கோடா வீடியோ கால் எல்லாம் வர முடியாதுனு சொல்லிடுறேன். ஆனா நான் ஏன் அப்படி இருக்காம உன்ன தேடுறேன். நான் தேடுற அடுத்த நொடி நீ கிடைச்சிடுற. ஆனா அதுக்காக என்னை தயார்படுத்துறது, நான் மெனக்கெடுறது, என் காமத்தை என்னோட காமமாவே வச்சிக்க முடியல. அங்க நீ முந்திக்கிட்டு வந்து நிக்ற. அந்த முகம் எனக்கு தேவை. ஆனா இதெல்லாம் சரியா வரும்னு தோணல.

ட்யூட்டில இருக்கேன். என்னோட செகண்ட் தாட்-ல நீ வர. அந்த 'நீ' அப்படிங்றது என்னோட காதலுக்கு மேல பூசியிருக்கிற ஒரு வர்ணம். அப்படி இல்லனா படிஞ்சிருக்கிற ஒரு லேயர். அப்படி நீ ஏன் பரவனும்? இது எல்லாமே எனக்கு தொந்தரவா இருக்கு. ஒவ்வொரு எமோஷனுக்கும் அந்த நேரத்திற்கு ஏத்த மாதிரி விதவிதமா நாமே எதோ ஒன்ன கொடுத்து சமாதானப்படுத்திக்கிறோம். ஆனா நீ ஏன் அந்த எல்லாத்தையும் தள்ளிவிட்டுட்டு வந்து என்ன ஆக்கிரமிச்சிக்கிற? உன்மேல தப்பு இல்ல. நான் உன்ன என்னை மீறி எனக்குள்ள அனுமதிச்சிட்டேன். எதுக்குமே உன்னை நான் எதிர்பாக்கல.

நிலம் என்னோடதுதான் ஆனா 99 வருசம் நீ என்ன வேணும்னாலும் பண்ணிக்கலாம்னு கையெழுத்து போட்டு குடுத்தமாதிரி இருக்கு.

பிற்காலத்துல எப்படி இருப்போம் இன்னும் மோசமாகுமா? காதல் அப்படின்னாலே இப்படித்தானா? அப்படியும் நான் யோசிக்கல. எனக்கு காயமோ இழப்போ பெரிய விசயமா இருக்கும்னு தோணல. நடக்காத ஒரு விசயத்தைப் பற்றி எனக்கு பயமும் இல்லை. என் பிரச்சனையெல்லாம் என் இந்த நிமிஷத்த, நொடிய நீ காலி பண்ற. அது எனக்கு பிடிக்கல.

என்னோட நேரம் உன் ஆளுகைக்கு உட்பட்டு இருக்கு. அது எனக்கு வேணாம். உனக்குமே இப்படி தோணியிருக்கலாம்ல? பேசத்தோணும் விருப்பம் இருக்காது. நானுமே உரையாட தயாரா இருப்பேன். ஆனா குரல் கேட்க விருப்பம் இல்லாம சும்மா அசைபோட்டுக்கிட்டு இருந்துக்கலாமேன்னு ஆன்லைன்ல கூட வராம கம்முன்னு...

என்னோட பக்கத்துல நின்னு சாட்சி சொல்ல ஆள் வேணும் அப்படிங்றதுக்காக நான் உன்கிட்ட முன்வைக்கல. இது வேணாம் பெவின். Friend zone கூட வேணாம். END.

*

லெட்டரை அவள் பக்கம் திருப்பி கையெழுத்திட்டு தரச்சொன்னான். காரணம் கேட்காமல் கையெழுத்திட்டு அவன் பக்கம் திருப்பினாள். பேனாவை வாங்கினான். அவனும், அவளது பெயருக்கு கீழே கையெழுத்திட்டான். தியா வெடுக்கென பிடுங்கி கிழிக்கப்போனாள். இப்படி ஒரு லெட்டர எழுதிட்டு எவனாவது விட்டுட்டு போன்னு சொன்னா போவானாடி? இது எனக்கான கிப்ட்! டெரேஸ் அதிர சிரித்துக்கொண்டே மீண்டும் கேட்டான். ஏன் ப்ரேக்கப் பண்ற?

இதுவரையிலான அலைக்கழிப்பிலிருந்து விடுபட தியாவிற்கு அந்த சிரிப்புச்சத்தமே போதுமானதாக இருந்தது.

என்மேல எவ்வளவு காதலோட இருக்கன்னு எவ்வளவுக்கு எவ்வளவு முடியுமோ அவ்வளவு வெளிப்படுத்திட்டதால இதுக்குமேல அந்தக் காதல்ல ஒன்னுமில்லனு தோணிடுச்சி... அதான்! தினம் நிறையுற காதல்ல என்ன இருக்க முடியும் சொல்லு?

அப்டினா காதல்ல பெருமைப்படக்கூடாத விஷயம்னு எதும் இருக்கா என்ன? – பெவின் கேட்டான்.

இருக்கு.

# கிளுவைமுள்

குளியலறையில் ஹேன்ட்வாஷிற்கு மேல் மாட்டியிருந்த முகம் பார்க்கும் ஓவல் வடிவ இரண்டடி உயரக் கண்ணாடியை, பெருவிரல் ஊன்றி கால்கள் நடுங்கக் கழற்றி, கண்ணாடியின் எடையால் சிவந்து போன விரல்களோடு முன் அறைக்கு எடுத்து வந்து சுவற்றில் கொஞ்சம் இறக்கிச் சாய்த்து, நிற்குமா இல்லை டைல்ஸ் தரைக்கு வழுக்கிக் கொண்டு தரைதொட்டு சிதறிவிடுமா என்ற பயத்தோடு விடவும் முடியாமல், பிடித்துக் கொண்டும் நிற்க முடியாமல் தடுமாறிக் கொண்டிருந்தாள் ரோஸ்லின். தன் குதிகால் பிடியில் கண்ணாடியை நிறுத்திவிட்டு, அப்படியே பின்னோக்கிப் முதுகைச் சாயத்தவள், கைக்கெட்டிய இருக்கையை இழுத்து, அதில் கிடந்த தனது ஜீன்ஸ் பேண்ட் துணையோடு கண்ணாடி சறுக்கி விடாமல் இடமிருந்து வலப்பக்கம், வலமிருந்து இடப்பக்கம் எனக் கொஞ்சம் கொஞ்சமாக அசைத்து ஜீன்ஸை உள்ளே இழுத்து கண்ணாடியை நிறுத்தினாள்.

நின்றுவிடும் என்ற தைரியத்தில், படுக்கையில் தூக்கிப்போட்ட அலைபேசியை எடுத்து வந்து, நெட்பேக் தீர்ந்துவிட்டதாகச் சொல்லி அவன் அனுப்பிய டெக்ஸ்ட் மெசேஜ்களையும், அதற்கு, தான் சொல்லிவந்த பதிலையும் சேர்த்தே வாசித்துக்கொண்டு மேல் நோக்கி ஸ்க்ரால் செய்து கொண்டிருந்தாள். ஒதுங்கிக் கிடந்த ஸ்க்ரீன் துணியை இழுத்துவிட்டு சன்னலில் வழியே வந்த வெளிச்சத்தைக் குறைத்து, இருக்கையில் அமர்வதற்குள், அணைந்து விட்ட அலைபேசித் திரையை ரேகை கொண்டு இயக்கி மீண்டும் வாசிக்கத் தொடங்கினாள் ரோஸ்லின்.

ஏதாவது ஒரு செயலை முழுமையாகக் காட்டு என்பதைக் கோரிக்கையாக வைத்தான் கென்னத். பிடிபடாதவளாக மீண்டும் கேட்க, உதாரணத்திற்கு, பல் விளக்குதல் என்றால், ப்ரெஷ்-ல் பேஸ்ட் வைப்பதில் தொடங்கி, நாக்கை சுத்தப்படுத்துவது வரைக்கும் நான் பார்க்க வேண்டும் என்று, விலாசினியின் முகத்தைப் பார்த்துச் சொல்லிக் கொண்டிருந்தான். பிடிகொடுக்காமல் பேசி வீடியோகாலைத் துண்டித்த பின், நீண்ட யோசனையில், தன்னைப் பற்றி எங்கே சொல்ல நேர்ந்தாலும், தனித்த அடையாளமாக, உடனடியாக நினைவிற்கு வர வேண்டிய விஷயம் இதுவாகத்தான் இருக்க வேண்டும். அப்படி நம்மிடம் என்ன "ஸ்பெஷலாக" இருக்கிறது என்று யோசித்து முடிவுக்கு வந்தவள், "*between 5:30 to 6:30* சூரியன் கொஞ்சம் கொஞ்சமாக சன்னலை விட்டு வெளியேறும் நேரம். இருவருமாக சேர்ந்து க்ரீன் டீ போடலாம்" என்று அவனுக்கு ஒரு மெசேஜ் அனுப்பி வைத்தாள். '*Today*' என்ற கேள்விக்கு 'நாளைக்கு' என்று பதில் சொல்லிவிட்டு கென்னத் பதிலுக்குக் காத்திருக்காமல் இணையத்தை துண்டித்தாள்.

ஒரு க்ரீன் டீ இருந்தால் நன்றாக இருக்குமே என்றுத் தோன்றியும், சோம்பலில் தரையிலிருந்து எழுந்திருக்கவே மனமின்றி சில்வர் நிற கெட்டில்-ஐ பார்த்துக் கொண்டிருந்தாள் விலாசினி. தேனை ஊற்றுவதற்கு ஸ்பூன் இருந்தாலும் உள்ளங்கையில் ஊற்றி, அதைக் கண்ணாடி தம்ளரின் விளிம்பின் வழியே தம்ளரில் வடியுமாறு பார்த்துக் கொள்வாள். ஒரு மிடறு அளவிற்கு மட்டுமே தம்ளரில் சுடுநீர் ஊற்றிவிட்டு, கண்ணாடி தம்ளரின் வெளிப்பக்கம் வழியே தேன் வழிந்து வெந்நீரைத் தொடுவதைப் பார்த்துக் கொண்டே க்ரீன் டீ-க்குத் தேவையான மிச்ச வேலைகளைச் செய்யத் தொடங்குவாள் விலாசினி.

தேன் வழியும் போதெல்லாம் முதன்முறை பின்னங் கழுத்திலுள்ள பூனை முடிகளை புகைப்படம் எடுத்துக் கொடுத்ததை நினைத்துக் கொள்வாள். அது மினுங்கிய நிறமும், தேனின் நிறமும் ஒன்று என்றே நினைத்துக் கொள்வாள். சிலிர்த்து நிற்பதை அலைபேசியில் பார்க்கும் போதெல்லாம், தோள்களைக் குறுக்கி, தன்னைத் தானே உள்ளுக்குள் ரசித்துக்

கொள்வாள். அலுவலகத்தில் உள்ள கழிப்பறையில் கூட இப்படிச் செய்து விலாசினி சிரித்தது உண்டு.

தன் உண்மையான பெயர் என்ன என்பதை சொல்ல மறுத்துவிட்ட ரோஸ்லின் உரையாடத் தொடங்கிய இரண்டாம் நாள் இரவில், முன்பே எடுத்து வைத்திருந்த செல்பி ஒன்றின் வழியே அவளின் முகத்தை கென்னத்திற்குக் காட்டினாள். மரியாதையாகவே சென்று கொண்டிருந்த உரையாடலை அடுத்த கட்டத்திற்கு எடுத்துச் செல்வதற்காக இருவர் பக்கமிருந்தும் தூண்டில் போடப்பட்டிருந்தது. ரோஸ்லினை முதன்முறை செல்பியில் பார்க்கிறான், பேஸ்புக் முழுவதுமே அவளது புகைப்படம் எதுவும் கிடையாது. அவளை ஒரு சாதாரண உடையில், ஈரக்கூந்தலில் பார்த்தது, அவனுக்குள் இருவேறு மனநிலையை விதைத்தது. காமத்திற்கு தூண்டாத ஒன்றில் தொடங்கி காமத்தில் வந்து சேரும் காமவுணர்வு.

விலாசினி உரையாடத் தொடங்கிய முதல்நாள் இரவிலேயே, போதும் என்றும், ஸ்டாப் என்றும், முற்றுப்புள்ளி வைத்தும் வெவ்வேறு தருணங்களில் சொல்லிக் கொண்டே வந்தாள். விலாசினிக்கு யோசிக்க முடியாமலிருந்தது. ஆனால் ஆங்காங்கே உரையாடலை மடைமாற்றும் முயற்சியில் நிறுத்துவாள், அவனும் வேறு விசயத்தைப் பற்றி பேசத் தொடங்குவான். அவளுக்கு பயம் என்றால், பயமில்லை. ஆனால் இவ்வளவு வேகமாக தேர்ந்தெடுக்க வேண்டுமா என்ற குழப்பம் இருந்தது. அதனாலோ என்னவோ விடியற்காலை 3:14 வரை தாக்குப்பிடித்து(ப்) பேசி, விடுபட்டு, நழுவி, தப்பித்து உறங்கச் சென்றிருந்தாள். இருவரும் ஒரே கல்லூரி என்றாலும், வலுக்கட்டாயமாக தேடி வந்து பார்த்தாலே ஒழிய, தற்செயலாகக்கூட சந்திக்க வாய்ப்பில்லை என்பதாலும், இன்னும் நான்கு மாதத்தில் படிப்பை முடித்துவிட்டு வெளியேறப் போகிறோம் என்கிற நம்பிக்கையில், கென்னத்தோடு உரையாடத் தொடங்கியிருந்தாள்.

தமிழை தப்பும் தவறுமாக தொடர்ச்சியாக வாசிக்கத் தொடங்கியது ஆன்லைனில் "காமக்கதைகள்" வாசிக்கத் தொடங்கியதிலிருந்துதான். நண்பர்களோடு உரையாடுவதற்கு வாட்சப், மெசஞ்சரில் "தங்லீஷ்" பயன்படுத்தியிருந்தாலும்,

ரமேஷ் ரக்சன்

கென்னத்தால் தொடர்ச்சியாக முழு(க்)கதையை வாசிக்க முடியாமல் இருந்தது. "கீ வேர்ட்" பயன்படுத்துவதற்காக தமிழில் தட்டச்சு செய்வதற்கு தமிழ் 'ஆப்' பயன்படுத்திக் கொண்டான். தொடக்கத்தில், கதை முடிவுக்குப் பின்னர், பரிந்துரையில் கீழே காட்டும் கதைகள், அதிலுள்ள வார்த்தைகளைப் காப்பி செய்து பின்னர் தேடிப்படிக்கத் தொடங்கினான். அது எரிச்சலூட்டவே, தமிழ் தட்டச்சுக்குத் தாவினான். விரைவில் கென்னத்திற்கு கைகூடவும் செய்திருந்தது. அது முதலாம் ஆண்டு என்கிற பயம் வெகு விரைவாகவே அவனிடமிருந்து வெளியேறியிருந்தது.

தன் இரு கால்களையும் பின்பக்கம் மடக்கி, யோகா செய்வதுபோல பக்கவாட்டில் அமர்ந்து கண்ணாடியைப் பார்க்கத் தொடங்கினாள் ரோஸ்லின். தன் உடலை எப்படிப் பார்ப்பது என்றே அவளுக்குப் பிடிபடாமலிருந்தது. அப்படியொன்றும் பெரிதாய் வர்ணித்துவிடவில்லை. இருந்தும் அவளுடல் மேலே அவளுக்கு மோகம் கொள்ளும்படி செய்திருந்தான் கென்னத். கொஞ்சம் தீர்க்கமாக யோசித்தால், திட்டமிடல் போலவே இல்லை. பேசினான்; பேசினேன் என்ற ரகத்தில் இருந்தது உரையாடல். கண்ணாடியைப் பார்ப்பதும், அவன் அனுப்பிய குறுஞ்செய்திகளைப் பார்ப்பதும் என, முகம் குறுஞ்செய்திக்கு ஏற்றார்போல மாறிக் கொண்டிருந்தது. முட்டியில் வலி எடுக்கத் தொடங்கியதும், வலது காலில் எடை கொடுத்திருந்த தன் உடலை இடது காலுக்கு மாற்றிக் கொண்டாள். அவளுக்குத் தேவையெல்லாம், எங்கு பிசிறு தட்டியிருக்கிறது என்பதைக் கண்டறிவது மட்டுமே. அதன் மூலம் உரையாடலை நிறுத்தவோ, இல்லை என்றால் வரம்பு மீறாமல் உரையாடவோ அல்ல, யார் முந்திக் கொண்டோம் என்பது தெரிந்தால் போதும் என்று இருந்தது.

குறுஞ்செய்தி வாசிப்பதை நிறுத்தியிருந்தாள். அவள் யோசனையின் வழியே முகம் எந்தவித தீவிரத்தன்மையும் எட்டாமலிருந்தது. ஒவ்வொரு குறுஞ்செய்தியும் முடிவற்று இருந்தது. அதையே திரும்பத் திரும்ப யோசித்துக் கொண்டிருந்தாள். தொடர்ந்து பதில் சொல்லும்படியும், கேள்வி கேட்கும்படியும் எப்படி இந்த உரையாடல் அமைந்தது என்று

யோசித்துக் கொண்டிருந்தாள். ஆடைக்குள் எவ்வளவு பாகம் உடல் என்பது தெரியாமலிருந்தது. வயிற்றுப்பகுதியை இறுக்கிப் பிடித்தாள். அவன் சொன்னது சரி.

ரோஸ்லின் பருவம் தொட்டே தன் தசைகளின்மேல், வழவழப்பு மெருகேறுவதன் மேல், நாட்பட நாட்பட அதன் தன்மை மாறிவருவதை கவனித்திருக்கிறாள். இப்போது உடலில் இருந்து தசை, பிடியை தளர்த்தியிருக்கிறது. அப்படியொன்றும் முதிர்ந்து விடவில்லை. ஆனால் கென்னத்திற்காக இதையெல்லாம் யோசிக்கத் தொடங்கியிருந்தாள்.

விலாசினியின் உடல் வழியே ரோஸ்லினை கடந்துவிட வேண்டும் என்பதே கென்னத்திற்கு தீராப்பகையாக தன் வேட்கையின் மேலே உருக்கொண்டிருந்தது. ரோஸ்லினின் வாஞ்சை, அவளுடலில் அவனை எதுவுமே செய்யவிடாமல் தடுத்திருந்தது.

தசையின் இறுக்கம் தளர்ந்த ரோஸ்லின், காலை பின்னோக்கி மடக்கி அமர்ந்ததில் கொஞ்சம் இறுகியதுபோலத் தோன்றிய தொடையை தடவிக் கொண்டாள். ஆடுதசை திண்ணமாகத் தெரிந்தது. குதிகாலையும், கணுக்காலையும், உள்ளங்கைக்குள் வைத்து பொத்திப் பார்த்தாள். அவ்வழியே உடல் வெவ்வேறு கொதிநிலையில் இருப்பதாகத் தோன்றவும், அக்குளில், தொப்புள் மூடியபடி, பின்னங்கழுத்தில், என்று உடல் சூட்டை எடைபோட்டு தடுமாறிக் கொண்டிருந்தாள். ஆடை களைந்தது அவளுக்கு நினைவிலே இல்லாமல் இருந்தது. உடலின் பக்கவாட்டை, மீண்டும் பார்க்கத் தொடங்கினாள். தன் இரு கைகளையும் உள்ளங்கை விரித்து தொடையில் வைத்துக்கொண்டு உடலைப் பார்த்துக் கொண்டிருந்தாள். தூரத்து தரிசனம் போலிருந்தது. கையில் அலைபேசி இல்லாமலே ஜூம் செய்து பார்ப்பது போன்ற காட்சி மனதில் ஓடியது. ஒவ்வொரு பாகமாக கையை நகர்த்திக்கொண்டு போனோமா அல்லது எடுத்து எடுத்து வைத்தோமா என நினைக்கையிலே, உடல் சிலிர்த்துக் கொண்டது. முலைகளின் இடைவழியே வயிற்றில் நிமிர்ந்து நின்ற பூனை முடிகளை கண் வலிக்கப் பார்த்துக் கொண்டாள். சுழித்தோடும் நரம்புகளை ஒருவேளை அவன் பார்க்க நேர்ந்தால் எப்படி எல்லாம் இருக்குமென்று யோசித்தாள்.

கற்பனைக்கு எதுவும் எட்டாமலிருந்தது. புடைத்து நிற்கும், வேப்பிலையின் மஞ்சள்நிற நரம்புகள் ஏனோ நினைவுக்கு வந்தன.

தன்னை அவனுக்கு காட்ட விரும்பினாள். புகைப்படம் எடுப்பதும், அதை உடனே அழிப்பதுமாக விளையாட்டுக் காட்டிக் கொண்டிருந்தாள். ஃப்ளாஷ் வெளிச்சம் கண்ணாடியில் பட்டுத் தெறித்த புகைப்படங்களை பின்னாட்களில் அனுப்புவதற்கு வைத்துக் கொள்ளலாமா என்ற எண்ணத்திற்கு இணங்கி, அதைமட்டும் வைத்துக் கொண்டாள். அப்படியே எழுந்துகொள்ள முடியாமல் தவித்தாள். எந்த உந்துதலும் இல்லாமல் நிகழ்ந்து கொண்டிருக்கும் இந்த மோனநிலையை வெகுவாக ரசித்தாள். 'தேங்க்ஸ்' என்றாள். உடலின், முன்பாகத்தைப் பார்க்கக்கூச்சமாக இருந்தது. உள்ளாடையில்லாமல் முலைகள் உரசிய சட்டையின் மேலே, மேலிருந்து கீழ்நோக்கி வருடினாள். என்ன செய்வதென்று புரியாமலிருந்தது. மேலாடையோடு எழுந்து தற்செயலாக கண்ணாடியைப் பார்க்கவும் வெடுக்கென்று தன்னைத்தானே மூடிக் கொண்டாள். அவள் கண்கள் நிறங்களைப் பிரித்துணர முடியாதொரு நிலைக்குச் சென்று விட்டதா என்று ஒருமுறை நினைத்துக் கொண்டாள். துப்பட்டாவின் நிறம் என்னவென்பது மறந்து போயிருந்தது.

குளியலறையில் தனியாளாக இருந்து தூக்கிவந்த கண்ணாடியை மாட்டிவிட முடியுமா என்ற கேள்வியோடு, கண்ணாடி முன் சம்மணமிட்டு அமர்ந்து தூக்கிப் பார்த்தாள். உடலின் எந்த பிடிப்பும் இன்றி, தோள் பலம் மட்டும் கொண்டு கொஞ்சமாகத்தான் தூக்க முடிந்தது. ஜீன்ஸ் பேண்டில் அலுங்காமல் வைத்து விட்டவளுக்கு சுவற்றில் சாய்ப்பதற்கு பயமாக இருந்தது. பிடித்துக்கொண்டு அமர்ந்திருந்தாள். ஏரோகட் ஷர்ட். சட்டையின் இருமுனையும், தொடையிடுக்கில் குவிந்து கிடந்தது. தொடை வழியே வளைந்து விழுந்ததை, அதன் விளிம்பை இருபக்கமிருந்தும் ஆள்காட்டி விரல் வழியே பின்தொடர்ந்தாள். இரு தொடைகளின் பக்கவாட்டில் தொடங்கி, கால்நடுவே அந்தரத்தில் நின்று பின் மீண்டும் தொடங்கி, இந்த சறுக்கு விளையாட்டை ரசித்தாள். இரகசியமாக சொல்வதற்கு உடலில் ஏதாவது இருக்கிறதா என்று

முதன்முறையாக தன்னுடலைப் பார்ப்பது போல பார்க்கத் தொடங்கினாள். தன் கண்ணிலிருந்து விடுபட்டிருந்தாள். நிச்சயம் அவனில்லை. அது இன்னொரு பெண்ணாக இருந்தது. கலைத்துக் கொண்டாள்.

இன்னும் அடர் கருப்பை எட்டிவிடவில்லை. தொப்புளுக்கு கீழே நான்கு விரல் அளவுக்கு இறங்கியிருந்தது கென்னத் பேன்ட். அங்கிருந்து மேல்நோக்கி கயிற்றில் சுற்றிவிட்ட அவரைக்கொடி போல மேல்நோக்கிச் சென்று காணாமல் போயிருந்தது. புகைப்படத்தையே பார்த்துக் கொண்டிருந்தாள் விலாசினி. புகைப்படமாக அனுப்பினால் பிக்சல் உடையும் என்பதால், வாட்சப்பில் டாக்குமென்ட் ஃபார்மெட்டில் அனுப்பியிருந்தான். அவள் இழுத்த இழுப்பிற்கெல்லாம் அச்சு பிசகாமல், வளைந்து கொடுத்தது புகைப்படம். உடல்மீது எந்த பிரயத்தனமும் இல்லை என்பது புகைப்படத்தைப் பார்த்தாலே தெரியும். இருந்தும் அவனுக்கு கட்டுப்பட்ட உடலாகவே இருந்தது. தட்டையான மார்பு. உள்வாங்கி கீழே தலை தாழ்த்தியிருந்தது காம்பு. புகைப்படத்தின் பேக்ரவுன்ட் கல்லூரியாக இருந்ததால் கூடுதல் குறுகுறுப்பு. எப்படி, எப்போது எடுத்திருப்பான்? அதுவும் முதல் வருடத்திலேயே. விடுதியிலும் தங்கிப் படிக்கவில்லை பின் எப்படி?

விலாசினி திட்டமிட்டு தேர்ந்தெடுக்கவெல்லாம் இல்லை. கென்னத் விசயத்தில் நிகழ்வது எல்லாம் மர்மக்கதைகளே. ஒன்றை மட்டும் திரும்பத் திரும்ப சொல்லிக் கொண்டிருந்தாள். சொற்ப நாட்களே இந்தப் பக்கம் வரப்போகிறோம். திட்டமிடலோ, விபத்தோ ஒருமுறைக்கு மேலே அவனை அனுமதிக்கக் கூடாது என்பதில் உறுதியாக இருக்க வேண்டும். வெறுமனே பார்த்துக் கொள்கிறார்கள். விருப்பு வெறுப்பு, பொதுத்தளம் குறித்த உரையாடல் எதுவுமில்லை. இருந்தும் விலாசினி தூண்டப்பட்டிருந்தாள். சுவற்றில் சாய்ந்து அமர்ந்திருப்பதில், முட்டிக்கு கொஞ்சம் மேலே, தொடையிலிருந்து பெருவிரல் தாண்டி வெயில் எதிர் சுவற்றில் மடிந்து நிமிர்ந்திருக்கும். நம் கண்கள் இப்போது என்னவாக இருக்குமென்று எதுவுமே தெரியாத அந்த சுவற்றில் அசையும் சித்திரம் வரைந்தாள். இந்தக் கண்கள் தன்னைக் காட்டிக்

கொடுத்து விடும். இருக்கட்டும். தன்னால் எதையும் முன்வைக்க முடியாது. கண்களாவது உதவட்டுமே என்று இமை கொட்டாமல் அமர்ந்திருந்தாள். காட்சி மாறி எதைப் பார்க்கிறோம் என்பதே தெரியாதொரு வகையில் கண்கள் இருந்தன. கொஞ்ச நாட்கள் நேரில் பார்க்காமல் இங்கேயே பேசிக்கொள்வோம் என்ற தொனி அவனுக்கு எப்படிப் புரிந்ததோ, இவள் வேண்டுகோளாகத்தான் கேட்டாள். சரி என்றான்.

விலாசினி உடல்மீது மிகுந்த கர்வம் கொண்டவள். இரவில் உடல் தகிக்கும் வேளையில், பருமனான நீண்ட மெழுகுவர்த்தியைக் கொளுத்தி, நிழலையும் ரசிப்பாள், மஞ்சளாக மினுங்கும் உடலையும் ரசிப்பாள். இப்போதே இருட்டிவிட்டால் நன்றாக இருக்கும். வெளிச்சத்தின் வழியே தன்னை எப்படி உள்வாங்கிக் கொள்வான் என்ற யோசனையும் இருந்தது. தான் என்பது உடல் மட்டுமே என்கிற புரிதல் இருந்தது. கென்னத் மேற்கொண்டு எதற்காகவும் தன்னிடம் வந்து நிற்கப்போவதில்லை என்பதை கணித்திருந்தாள். அதுவரையில் அவள் குழப்பம் இல்லாமல் இருக்க அது உதவியது. பேசக்கூடாது என்று சொல்லியிருந்தாள். தன் பக்கமும் ம்யூட் செய்துவிடுவதாக சொன்னாள். எதிர் கேள்வியற்ற அவனின் ‘சரி’ சரியாக ப் புரிந்துகொள்ள உதவியது. தொந்தரவு பண்ணமாட்டான். எப்போதாவது கோட் அணிய வேண்டிய அவசியமிருந்ததால், பார்த்து பார்த்து வாங்கிய லினென் ஷர்ட்டை அணிந்து கொள்ள விரும்பினாள். Teal நிறத்திலான கணுக்கால்வரை இருக்கும் பேன்ட் அணிந்திருந்தாள். அப்போதைக்கு மட்டும் ஒரு காலில் தண்டை மாதிரி ஒன்றை அணிந்து கொண்டாள். விலாசினி அறையில் இருக்கும்போது உடுத்தும் ஆடையல்ல. ஆனால் அவளின் தேர்வு இப்படியானதாக இருந்தது. பேசக்கூடாது என்று சொல்லியிருப்பதால், அவனால் கேள்வியும் கேட்க முடியாது. வழக்கமாக அருந்தும் தேநீர் கோப்பை சரியாக இருக்காது என்று தோன்றியது. மாற்று ஏற்பாடுகள் இல்லாததால் அதை கைவிட்டாள்.

எப்படியெல்லாம் தன் உடலை அவன் பார்க்கக் கூடுமென்று, பார்க்க வேண்டுமென்று புருவ மத்தியில் ஒத்திகை பார்த்துக் கொண்டாள்.

வெடுக் வெடுக்கென்று வெட்டிப்பேசும் ரோஸ்லின் தொனி மீது பித்து கொண்டிருந்தான். அதற்காகவே அவளோடு அதிகமாகப் பேசுவதை தவிர்த்தான். ஏதாவது ஒரு காரணம் அவனிடம் இருந்து கொண்டே இருந்தது. முடிந்த அளவு அழைக்க மாட்டான், எதுவானாலும் வாட்சப். லேப்டாப் பிரவுசர் புக்மார்க்கில் இருக்கும் அத்தனை கதைகளிலும் ரோஸ்லின் இருந்தாள். ஒருமுறை கூட விலாசினி தேவைப்படவில்லை, வரவும் இல்லை, ஹெட்போன் துணையோடு விலாசினியோடு பேசிக்கொண்டே, ரோஸ்லினுக்கும் வாட்சப்பில் பதில் சொல்லிக்கொண்டிருந்தான். நெற்றியும் பின்னந்தலையும் ஒருசேர வலிக்கத் தொடங்கியது. வெகுநேரமாக அமர்ந்து பேசியவன், உடல் அடித்துப்போட்டது போன்ற உணர்வைக் கொடுக்கவும் படுத்துக்கொண்டான். இரத்தவோட்டம் வேகமாக இருக்கிறதா அல்லது உறைந்து விட்டதா என்று அறியத்தெரியாதவனாக இருந்தான். விலாசினிக்கு சொல்ல வேண்டிய பதிலை, ரோஸ்லினுக்கு சொல்லிவிடக்கூடாது என்கிற கவனம் இருந்தது. அதுபோலவே விலாசினிக்கும்.

"கேக்குறியா" என்ற கேள்விக்கு கேள்விக்குறியை தொங்கவிட்டான் கென்னத். எங்கு கவனத்தை குவிப்பது என்ற குழப்பம் அவனை சுற்றவிட்டிருந்தது. மடிக்கணினித் திரை புகைசூழ்ந்த திரை போல காட்சியளித்தது. கண்கள் இருண்டுகொண்டு வந்தது. அவனால் வாசிக்க முடியவில்லை. ரோஸ்லின் ரெக்கார்டை அனுப்பினாள்.

விலாசினியும், ரோஸ்லினும், அவரவருக்கு கேட்காத வண்ணம் இவன் காதுகளின் வழியே சந்தித்துக் கொண்டனர். ஒருசேர மொழியற்று நிகழ்ந்த உரையாடலில் விலாசினியை கூட்டிச்சென்ற பாதையை மறந்திருந்தான். அவள் உடலில் எந்த பாகத்தில் நிற்கிறோம் என்பதும் தொடர்பற்று இருந்தது. ஸ்க்ரீனில் பார்த்துக் கொள்ள ரோஸ்லின் மட்டும் இருந்தாள். அவளோடு பேசியதை வைத்து இவளோடு நீட்டிக்க முடியாது. ரோஸ்லின் ஸ்க்ரீனிலிருந்து ஏற்கனவே வெளியேறியிருந்தாள். அவள் அனுப்பிய ரெக்கார்ட் அதற்கு சாட்சி. விலாசினிக்கு இவன் குரல் தேவையாக இருந்தது. வடிவமற்ற அவள் ஒலிக்கு ஏற்றவாறு இவனும் ஒத்திசைந்தான். இருவராலும் அழைப்பைத்

துண்டிக்க முடியவில்லை. அலைபேசியை அருகே வைத்துவிட்டு, ஹெட்போனை காதிலிருந்து எடுக்காமல் அவள் பேச எடுத்துக்கொள்ளும் நிமிடங்களை கண்மூடி தரிசித்துக் கொண்டிருந்தான். இவனின் மூச்சுக்காற்று விலாசினிக்கு கேட்கும்படி பார்த்துக் கொண்டான்.

“வைக்கட்டா”

விலாசினியின் நெயில் பாலிஷ் தீட்டிய விரல்களையும், ரோஸ்லினின் நகம் வளர்க்காத விரல்களையும் பார்க்க விரும்பினான். ஈரத்தில் மினுங்குவதை கற்பனை செய்து கொண்டு எழுந்திருக்க மனமின்றிப் படுத்திருந்தான். அடிநாவில் மீண்டும் எச்சில் சுரக்கத் தொடங்கியது. கைக்கெட்டும் தூரத்திலிருந்த பர்ஸை எடுத்து எதற்கென்றே தெரியாமல் திறந்து பார்த்துக் கொண்டான். ரோஸ்லின் காற்றில் கலக்கத் தொடங்கினாள். அவளின் அந்த நொடிக்குள் தானும் கரைந்துவிட வேண்டுமென்ற தீவிரம். எதன் துணையோடும் அவனால் கரை சேரமுடியாதிருந்தது. மடிக்கணினியை மூடி வைத்துவிட்டான்.

விடாமல் பெய்த மழையால் சன்னலில் ஒட்டியிருந்த கொசு வலையில் நீர்த்திவலைகள் தேங்கி நின்றன. அலைபேசியிலிருந்து, மடிக்கணினிக்கு மாற்றி வினாடிகளில் தீர்ந்து போன, ரோஸ்லின் மேகக்கரைசலை அடுத்தடுத்து இணைத்து மூன்று நிமிடங்களுக்கு சேகரித்து வைத்திருந்த அவளின் உடலொலியை திரும்பத்திரும்ப கேட்டுக் கொண்டிருந்தான். அவள் உடலொலி அழுகையை ஒத்திருந்தது. அழுகையின் வழியே பீறிடும் உடல் வேட்கையை என்ன செய்வதென்று அறியாது ஒவ்வொரு முறையும் ஸ்தம்பித்து நின்றான். ரோஸ்லின் குரல் வழியே உணரும் கண்ணீருக்கான காமமா, தன் கண்ணீரின் வழியே சுரக்கும் வேட்கையா என்பது எப்போதும் புதிர்.

இருவரும் ஒன்றாய் இவன் காதில் ஒத்திசைத்த ரெக்கார்ட் நினைத்த மாத்திரத்தில் வெடித்து அழ நேரிடும் அளவிற்கு வல்லமையோடு இருந்தது. ரோஸ்லின் உள்ளங்கை அவனிடமிருந்தது. அலைபேசி தொடுதிரை முழுமைக்கும் நிறைந்திருந்தது. ரோஸ்லின் குரல் போலவே அவள் உள்ளங்கை கண்டும் நடுங்கினான். அந்த நடுக்கத்தின் மூலமாக, அவள்மேல்

தடுமாறும் வேட்கையை சரிசெய்து முன்னேற வழிவகுக்கும் என்று நம்பினான். எந்தக் கீறல்களும் இல்லாத ரேகைகள் மட்டுமே கொண்ட உள்ளங்கை அவனின் ஒப்பாரிக்கான தொடக்கப்புள்ளி.

மூன்றாவது முறையாக எப்போது பார்க்கலாம் என்று ரோஸ்லின் கேட்டாள். மூன்று தடவையுமே நேரடியான அழைப்பு இல்லை. தொடுதிரை அணையாமல் பார்த்துக் கொண்டான், ரோஸ்லின் அனுப்பிய விதவிதமான உள்ளங்கைகளில் ஒன்றைத் தேர்ந்தெடுத்து வால்பேப்பராக வைத்தான். பதிவாகியிருந்த இருவரது குரலும், மூளையிலிருந்து அழிந்திருந்தது. உள்ளங்கையைப் பார்த்துக் கொண்டிருந்தான். அவளின் குவிந்த உள்ளங்கைக்குள் தன்னை நிறைத்துக் கொண்டான். தெளிவாக இருப்பதாக நம்பினான். எந்தவித சலனமும் இல்லாத நிமிடங்கள் இவை. ரோஸ்லினை பார்ப்பதென்று முடிவு செய்தான்.

விலாசினி, நாணயத்தை சுற்றிவிட்டு, கென்னத்திற்கு தலை தனக்கு பூ என்றாள். சுழன்று கவிழும்வரை பார்த்துக் கொண்டிருந்தான். கென்னத்திற்கு சாதகமாக அமைந்தது. தரையிலிருந்து மீண்டும் படுக்கைக்குத் திரும்பியவள், மனதிற்குள் வைத்திருந்த இரண்டு விருப்பத்தேர்வுகளையும் தெரிவித்தாள்.

1. அவனுக்குப் பிடித்தமான இணையத்தில் வாசிக்கும் கதை ஒன்றை நிர்வாண நிலையில் முழுவதுமாக வாசிக்க வேண்டும்.
2. *Soul Sex with John and Annie* விலாசினியோடு அமர்ந்து பார்த்துவிட்டு உரையாட வேண்டும்.

நாணயத்தை எப்படிப் பிடித்து சுழற்றினால் தனக்குச் சாதகமாக விழும் என்று ஐந்து ரூபாய் நாணயத்தை ஏற்கனவே அறையில் சுழலவிட்டுத்தான் வந்திருந்தாள். ஆனால் அவளுக்குச் சாதகமாக விழவில்லை.

விலாசினியை சந்திக்கக் கிளம்புவதற்கு முன் வால்பேப்பரில் மாற்றிய ரோஸ்லின் உள்ளங்கை கண்முன்னே வந்து கொண்டிருந்தது. பிரவுசரில் மொத்தம் 17 tab ஒப்பனில்

இருந்தது. பேசாமல் அவள் சொல்லும் படத்தைப் பார்த்துவிட்டு எளிதாக தப்பித்துவிடலாம் என்ற எண்ணம் உள்ளுக்குள் இருந்தது. இது அவளாகவே ஏற்படுத்திக் கொடுக்கும் வாய்ப்பு. தன்னைவிட மூத்தவள். இப்படியெல்லாம் ஒரு ஆண் வாசிப்பது இயல்பு என புரிந்து கொள்வாள் என்ற நம்பிக்கையில் கதை வாசிக்க சம்மதித்திருந்தான். அவளுக்கு இது முதல் அனுபவமாக இருக்கக்கூடாது என்று உள்ளுக்குள் வேண்டிக் கொண்டான். நிச்சயம் அவள் கண்களில் கூட இப்படியான கதைகள் கண்களில் பட்டிருக்கும். அதையெல்லாம் தாண்டாமல் இங்கு தன்னோடு வந்து அமர்ந்திருக்க மாட்டாள் என்பது நம்பிக்கையை விதைத்தது.

அறைக்குள் நுழைந்த நேரத்திற்கு எல்லாம் சிரித்துச்சிரித்து பேசிக் கொண்டிருந்தனர். மயான அமைதி பூண்டிருந்தது. தனிமையும், அறையின் வெளிச்சமும், விலாசினியின் குறுகுறு பார்வையும், அமைதியும், இம்சித்தது. இரவு விளக்கு என்றால், வசதியாக இருக்கும். ஆனால் இது பின்மதியம். வெளிச்சத்தை எப்படி இருளாக்குவது. அவனுக்கு முதுகு காட்டி நின்றபடி ஆடை மாற்றினாள். அவனது கூச்சத்தை போக்கும் என்று நம்பினாள்.

லினென் ஷர்ட், இரு கைகளையும் ஒன்றாக மேல்நோக்கித் தூக்கினால், தெரியும் சிகப்புநிறப் பேண்டி. உள்ளாடையை கை வழியே கழற்றியிருந்தாள். பாக்கெட் இல்லாத சட்டை. அவனை நோக்கித் திரும்பினாள். ஹோட்டலில் கொடுத்திருந்த வெள்ளைநிற டவலை இடையில் போட்டுவிட்டு கட்டிலில் அமர்ந்திருந்தான்.

மினி ஃப்ரிட்ஜ், சுடுதண்ணி வைப்பதற்கு கெட்டில், இரண்டு க்ரீன் டீ பேக். ஹோட்டல் அறையின் வழக்கமான ஏற்பாடு.

கென்னத் 50 கிராம் தேன் பாட்டிலோடு வந்திருந்தான். அறையை தேர்வு செய்யும்போது, அறையின் புகைப்படங்களைப் பார்த்ததில், கண்ணாடி தம்ளர் இருக்குமென்று தெரிந்து கொண்டான். உண்மையில் அவன் நோக்கம், விலாசினி உள்ளங்கையில் தேனை ஊற்றி நக்கிச் சுவைக்க வேண்டும் என்பதே ஆவலாய் இருந்தது. துளசி இலையும், மிளகும் இல்லை. இருந்தாலும் க்ரீன் டீ போட்டுக் கேட்கலாம் என்றிருந்தான்.

வலது காலை இடதுகாலின் ஆடுதசை பக்கவாட்டில், மடித்து மிதித்தபடி ஒற்றைக்காலில் நின்று டீ தயாரிக்க ஆயத்தமானாள். கென்னத் கதையை வாசிக்கத் தொடங்கினான்.

ரோஸ்லின் புகைப்படத்திலும், வீடியோ காலிலும் தெரிந்ததைவிட ஒல்லியான தேகத்தை சுமந்திருந்தாள். உள்ளே வரச் சொல்லியிருக்கிறாள். எதுவும் பேசாமல் கென்னத்தைப் பார்த்துக் கொண்டிருக்கிறாள். கண்கள் பொங்கி நிற்கிறது. வலுக்கட்டாயமாக எச்சில் விழுங்குகிறான், புடைத்து நிற்கும் எலும்பு மேலும் கீழுமாக இறங்குகிறது. எதிர் இருக்கையில் இருந்தவன், தடாலென இறங்கி ஸோபாவில் இருந்தவளின் கால்களைக் கட்டிக்கொண்டு முட்டிக்கு கீழே இரு கால்களுக்கிடையில் முகத்தைப் புதைத்துக் கொண்டான். அவள் உள்ளங்கைக்கும் கால்களில் உணர்ந்த சூட்டிற்கும் சம்மந்தம் இன்றி வேறு வேறு உடல்கள் போலிருந்தது. அப்போதும் எதுவுமே பேசாமல் குனிந்து அவன் கன்னத்தில் இரு கைகளை வைத்து, கால்களை இறுக்கிக் கொண்டாள்.

அவன் கேவல்கள் எல்லாம் வேறுமாதிரி உருப்பெற்றிருந்தன. அசைவுகளின் மாற்றம் அறிந்து முன்னேறுதலுக்காக காத்திருந்தாள். நடை பழகும் குழந்தை போல ரோஸ்லின் மடிக்குப்போக அவ்வளவு நேரம் எடுத்துக் கொண்டான். அவள் வாஞ்சையாக தலையை கோதிக் கொடுத்தாள். தூங்க முடியாவிட்டாலும், கண் மூடிக்கிடந்தான். அலைபேசியில் பேசியதற்கும், இப்போது நடந்து கொள்வதற்கும் நிறைய வித்தியாசங்கள் இருந்தன. இதையெல்லாம் யோசிக்க விரும்பாமல், சின்னச்சின்ன செய்கைகளையும், சின்னச்சின்ன அசைவுகளையும் ரசித்து அமர்ந்திருந்தாள்.

மடியேறிய பிறகும் ஏந்திய கன்னத்தை விடாதிருந்தாள். அவளின் மணிக்கட்டுகளைப் பற்றியபோது தளர்ந்திருந்த தசை தொந்தரவு செய்தது. பெயர் சொல்லவும் முடியாமல் உரிமையாக பேசவும் முடியாமல், மௌனமாகவே பொழுது நகர்ந்தது. ரோஸ்லினுக்கும் உரையாடல் தேவையில்லாமல் இருந்தது. அவள் கழுத்தில் அணிந்திருந்த முத்துமாலையில் தொங்கிக் கொண்டிருந்த சிகப்புநிற ஆண் யானை தும்பிக்கை தூக்கியபடி, இரு மார்பிற்கு இடையே நின்றது. அவ்வளவு தீர்க்கமாக

ரமேஷ் ரக்சன்

விலாசினியின் உடலைப் பார்க்க முடிந்தவன், வெளியற்ற அறைக்குள் நுழையும்போது எதிர்கொள்ளும் இருள்போல கண்ணை இறுக மூடிக்கொண்டு அவள் உதட்டிற்குள் நுழைந்தான். உடல் பாகங்களைத் தொட மிகுந்த தயக்கத்துடன், முதுகின் தண்டுவடத்திற்கும், நடுமுதுகிற்கும் தொட்டிமீன் போல சுற்றிச்சுற்றி வந்தான். அதுவே அவன் கரையேற முடியாத கடல்போல இருந்தது.

ரோஸ்லினுக்கு தனிப்பட்ட விருப்பமாக எதுவும் இருக்கவில்லை, ஒன்றைத் தவிர. மற்றபடி கென்னத் முன்னேறினால் தடுக்க வேண்டாம் என்று நினைத்திருந்தாள். கதவைத் திறக்கும்போது, அவளின் காலநிலை மாறியிருந்தது. நம்பிக்கை, உண்மைத்தன்மை. கொலை, சைக்கோத்தனம், இப்படி எதைப்பற்றியும் அவளுக்கு பயம் இருந்திருக்கவில்லை, உண்மையில் கென்னத் விசயத்தில் அவளை அவளுக்கு புரிந்துகொள்ளவே சிரமமாக இருந்தது. அவனுக்கு கைமைதுனம் மட்டும் செய்துவிடவேண்டும்.

காமம் அவள் உடலில் கண்டறிய முடியாதொரு ஜந்துவாகவே இருந்தது. உரையாடலில் தூண்டப்பட்டாலும், அங்கத்தில் எங்கென்று கண்டறிய முடியாமல் இருந்தது. அழைத்துப் பேசினால் கண்மூடிக் கிடப்பாள். கென்னத் தன்னுடல் உண்ணுதலை கண்டுகளிப்பாள். அதைத்தான் நேரில் தன்மூலம் நிகழ்த்திப் பார்க்க விரும்பினாள். தான் ஒரு சர்கஸ் யானை என்று உள்ளுக்குள் சொல்லிக் கொண்டாள். அவனும், வீடியோகால் என்பதால் யோசிக்கிறாள் என்று விட்டுவிடுவான். அவனுக்கு எப்படி வற்புறுத்த வேண்டும் என்றுகூட தெரியவில்லை என்று நினைத்துக் கொள்வாள்.

விலாசினி, அவன் கதை வாசித்து முடிக்கும்வரை எந்தக் குறுக்கீடும் இன்றி கேட்டுக் கொண்டிருந்தாள். Incest உறவுக்கு ஆதரவான மனநிலையில் இருப்பவர்கள், அப்படியான காணொளிகளை விரும்பிப் பார்ப்பவர்கள், கதை வாசிப்பவர்கள், பயந்த சுபாவம் கொண்டவர்களாக இருப்பார்கள், தன்னால் முடியாது என்று நம்புவார்கள். வாய்ப்பைக்கூட பயன்படுத்திக்கொள்ள தயங்குவார்கள் என படித்திருக்கிறேன் என்றாள்.

கென்னத், ரோஸ்லினை, புகைப்படத்தில் பார்ப்பதற்கு முன், அவள் குரல் கேட்பதற்கு முன்பு வரை, விலாசினி சொன்னது போன்று தன்னை உணர்ந்ததில்லை. ரோஸ்லினை, இவளிடம் கண்டடைய எடுத்திருக்கும் முயற்சி எந்த அளவில் கைகூடும் என்பதைத்தாண்டி அவன் தீவிரம் காட்டுகிறவன் இல்லை, அவனின் எப்போதைய தேர்வும் இப்படி இருக்கப் போவதில்லை என்பதில் தெளிவாக இருந்தான்.

அவள் சொன்னதற்கு எப்படி பதில் சொன்னாலும், பதிலுக்கு கேள்வி, கேள்விக்கு பதில் என, எப்போதிருந்து கதைகள் தேடத் தொடங்கினோம் என்று பதில் சொல்லி மாட்டிக்கொள்ளும் சூழல் இருப்பதால் புன்னகையோடு அந்த உரையாடலைத் தவிர்த்திருந்தான். அவனிடம் ஒரு ரெடிமேட் பொய் இருந்தது, சரியாக வராது என்ற முடிவுக்கு உரையாடலின் நடுவே வந்திருந்தான். அந்த சாதுர்யம் அவளுக்குப் பிடித்திருந்தது. அதே வேளையில், இவனின் மனமுதிர்ச்சியை ஏற்றுக்கொள்ள மனமின்றித் தவித்தாள் விலாசினி. உடல்கள் பேசிக்கொள்ள அனுமதிப்பதற்கு முன் கடைசி அஸ்திரம் என அவனுடைய மொபைலுக்கும் share it மூலம் அனுப்பி வைத்தாள். இருவரும் ஒரே நேரத்தில் ப்ளே செய்து, அவரவர் ஹெட்போனை மாட்டிக்கொண்டனர்.

13:10-நிமிடங்களை, ஐந்து நிமிடத்திற்குள் ஓட்டி முடித்தான். அவள் எதிர்பார்த்த எந்த பிதற்றலும் இன்றி, அவளை தாஜா செய்வதற்கான லாவகமும் இன்றி என்ன தோன்றியதோ, அதைச் சொல்லிவிட்டு, விலாசினி பக்கம் திரும்பினான். காதலென்று பின்னால் சுற்றமாட்டான் என்ற நிம்மதியிருந்தாலும், தான் நினைத்தது போலில்லையே என்ற ஏமாற்றத்துடன், கட்டிலின் ஓரமிருந்த டெலிபோன் டேபிளில் போனை வைத்துவிட்டு இவன் பக்கம் திரும்பினாள் விலாசினி.

ரோஸ்லின் வீட்டிலிருந்து திரும்பும் வழி எங்கும், விலாசினியுடன் இருந்த பொழுதை எண்ணிக் கொண்டிருந்தான். கர்வப்பட்டுக்கொள்ளும் அளவிற்கு அவனை வைத்திருந்தாள். இயலாமைக்கும், இட்டுக்கட்ட முடியாமைக்கும் வித்தியாசம் இருக்கிறது என்கிற திடம் வாய்த்திருந்தாலும், திரும்பத் திரும்ப விலாசினியை நினைத்துக் கொண்டு நடந்தான். அவளின்

அந்தர மிதப்பு இவனைக் கூட்டிச் சென்றது. இருவரையும் அடுத்தடுத்த நாளில் சந்தித்திருக்கிறான். இருபத்தி நான்கு மணி நேரத்திற்கும் குறைவான இடைவெளி.

விலாசினியிடம் எந்தவித சாதுர்ய உரையாடலும் தேவைப்படவில்லை, ஆனால் இவளிடம் தொடர்ந்து பேச விரும்பினான். அவள் மனம் புண்படும்படி நடந்துவிடக்கூடாது என்று சபதம் எடுத்துக் கொண்டான். அவள் எப்போதும் தன்னை கவனிக்கிறாள் என்று உள்ளுக்குள் பெருமை பட்டுக்கொண்டான். அவள் தன்னை உரிமை கொண்டாட வேண்டுமென்று விரும்பினான். அவள் தன்னை கைக்குள் எடுக்க வேண்டும். அதிலிருந்து மீற வேண்டும். மீண்டும் மீண்டும் அவள்முன் போய் நிற்க வேண்டும். அவளோடு நிகழும் தோல்வி அனைத்தையும், விலாசினியிடம் கண்டடைய வேண்டும். வழி எங்கும் பேசிக்கொண்டே வந்தான். அடிக்கடி அலைபேசியை எடுத்துப் பார்த்துக் கொண்டான். எந்த செய்தியும் இல்லை.

ரோஸ்லினிடம் தன்னை வலிந்து காட்ட விரும்பினான், அவள் இல்லாமையில் அவதியுறும் மனவோட்டத்தை, தனக்கு தெரிந்த விதத்தில் சொல்ல விழைந்தான். அது போதாதென்று அவள் இன்னும் எதிர்பார்க்க வேண்டும். சொல்லத் தெரியாமல் அவளிடமே கையேந்த வேண்டும். இப்படி யோசிப்பதே அவனுக்குப் பிடித்திருந்தது. அவனாகவே பேசத் தயங்கினான். ஆனால் அவளிடம் சரணடைய விரும்பினான். அவள் மீதான தணலை, ஊதி ஊதி, விலாசினியிடம் எரியவிட விரும்பினான். நேரடியாக விலாசினி என்றால் எந்தவித சாகசமும் இல்லை என்ற எண்ணம் எப்படியோ அவனிடம் வந்து சேர்ந்திருந்தது.

ஆனால்,

விலாசினிக்குத்தான் முதலில், எதுவுமே போதவில்லை என்று செய்தி அனுப்பினான். அவள் ஒரு புன்னகையோடு பேச்சு தொடராமல் பார்த்துக் கொண்டாள்.

வீடு திரும்பியதை உறுதி செய்துகொண்டு, கண்ணாடியின்மேல் ஃப்ளாஷ் விழும்படி தான் எடுத்து வைத்திருந்த புகைப்படத்தை, கருப்பு வெள்ளையில் மாற்றி ஒன்றை அனுப்பி வைத்து "மிஸ் யூ" என்று அனுப்பினாள். அவளாக இறங்கி வருவதை

விரும்பாதிருந்தான். தன்னைத்தானே தண்டித்துக்கொள்ள விரும்பினான். ரோஸ்லின் முனகல், இவனின் கேவலுக்கான முன்னோட்டம். அவளை அழைப்பதற்கு ஒரு உறவுமுறை தேவைப்பட்டது. ஒருமையில் பேசிப் பழகியிருந்தாலும், ஒருமைக்கு முன் ஏதோ ஒன்றை, போட்டுக் கொள்ள விரும்பினான். குரல் கேட்டால் அழுதுவிடுவேன் போலிருக்கிறது, இங்கேயே பேசுவோம் என்றான். ஏன் என்ற கேள்வியோடு, சரி பதில் வேண்டாம் என்று, பதில் சொல்வதற்கு முன்பாகவே அனுப்பி வைத்தாள். ஆரம்பப் புள்ளியில் வந்து நின்றான். "ங்க" எண்ணிக்கை கூடியிருந்தது.

ட்டூ மினிட்ஸ் என்றாள். "உங்களை ஏதாவது உறவுமுறை சொல்லிக் கூப்பிட வேண்டும் போலிருக்கிறது" என்று சொல்லிவிட்டு ஸ்க்ரீனை விட்டு வெளியேற தைரியமின்றி, அவள் பதிலை எதிர்கொள்ளத் துணிவின்றி நெஞ்சில் மொபைலை வைப்பதற்கு முன் வைப்ரேஷன் மோடிற்கு மாற்றினான். கொஞ்ச நேரம் கண்மூட விரும்பினான். அவள் என்ன பதில் சொல்வாள் என்று யூகிக்க முடியாது தவித்தான். பதிலே சொல்லாமல் ஸ்கிப் செய்துவிட்டால் போதும் என்றிருந்தது கென்னத்திற்கு.

"But One Condition. நான் உனக்கு ஒரு பொண்ணு பேரு வைப்பேன். அப்படித்தான் கூப்பிடுவேன். அது உனக்கு சரின்னா நீ என்ன 'சித்தின்னு' கூப்பிட்டுக்கோ"

விலாசினி, இவன் உடலசைவில் நிறைய மாறுதல்களைக் கண்டாள். இரண்டாவது சந்திப்பிற்கு இவ்வளவு சீக்கிரம் அனுமதித்திருக்கக் கூடாது. அவசரப்பட்டு விட்டோமோ என்றுத் தோன்றியது. எச்சில் படாமல் உடலெங்கும் முத்தமிடப் பணித்தாள். அவன் இதை ஒத்திகையாக எடுத்துக்கொண்டான்.

அவன் மூர்க்கங்கள் நளினமாயிருந்தன. ஒருவார கால இடைவெளியில் இரண்டுமுறை வீடியோ காலில் பேசியிருக்கிறான். இரண்டுமுறையும், உச்சத்தை வேண்டாமென்று நிறுத்தினான். அடுத்த சந்திப்புவரை தாக்குப்பிடிக்க முடிகிறதா என்று சோதிப்பதாக சொன்னான். இந்த சித்திரவதையை விரும்பி ஏற்றுக்கொள்கிறேன் என்றான். விலாசினி இவன் பற்றிய புரிதல் அட்டவணையில் திருத்தம் செய்தாள்.

இவளை கொஞ்சம் கூட பொருட்படுத்தாதவன், மிகுந்த பொறுப்புணர்வோடு நடந்து கொண்டான். காமத்தில் பக்குவப்படுதல் என்று ஒன்று இருக்கிறதா என்ன? இவ்வளவு நிதானம் எப்படி இவ்வளவு குறுகிய காலத்தில் கைகூடும்?

விலாசினி தனக்குத்தானே தொந்தரவுக்குள்ளாகிக் கொண்டிருந்தாள். முதல் சுற்றை விறுவிறுவென முடித்துவிட்டு, ஆற அமர ஆணின் நடத்தைகளை கேலி செய்து சிரித்துக் கொண்டிருப்பாள். அது அவளுக்கு அசுர போதை. அதன்பின் நிதானம் கடைபிடிப்பாள். கென்னத் அவ்வளவு நிதானமாக இருக்கிறான். இவளை வேடிக்கைப் பார்க்கிறான். சொல்லப்போனால், விலாசினி இரண்டாம் சந்திப்பை விரும்பினாள். இவனிடம் காமமே பிரதானமாக இருந்தது. விலாசினி கல்லூரி முடித்து கிளம்பினாள் என்றால் இருவேறு நிலப்பரப்பு. தொடர்பு எல்லைக்குள் வைக்கும்படியான ஆள் கிடையாது. எப்போதும் சுரக்கும் எச்சிலின் சாயல்.

கண்கள் பொங்குவதும், ஈரமற்று வடிந்து காணப்படுவதும் என, பகலெல்லாம் மோக விளையாட்டை அவளோடு நடத்திக் கொண்டிருந்தன கண்கள். தனக்கென்று இருந்த விருப்பு வெறுப்புகள் கென்னத்தின் நடத்தையால் கேள்விக்குள்ளாகிக் கொண்டிருந்தன. ரசனையின் மீது குழப்பங்கள் சூழ்ந்திருந்தன. எல்லாவற்றையும் சரிகட்டும் விதமாக, அவனிடம் சொல்வதற்கு அவளிடம் ஒரு கதை இருந்தது. அவன் தேவை குறித்தும், சொன்னதன் வழியே அவன் என்னவாக வாய்ப்பிருக்கிறது என்பது குறித்தும், தீர்க்கமான முடிவுக்கு வரமுடியாதிருந்ததால் தள்ளிப்போட்டுக் கொண்டே போனாள்.

அவன் கண்களின் ஈரத்தன்மை கூடும் நொடியை கண்டுபிடித்த மறுநொடி சொல்ல வாயெடுத்து, நிறுத்திக் கொண்டாள். இவ்வளவு வாஞ்சையோடு வருபவனை துண்டிப்பது பாவக்கணக்கில் சேருமென்று அணைத்துக் கொண்டாள். கென்னத்திடம் சொல்வதற்கு ஒரு பதில் இருந்தது. ஆனால் கேள்வியின்றி நிச்சயம் சொல்ல முடியாது. அதை அவன் கண்கள் காட்டிக்கொடுத்தபடி இருந்தன.

கிளம்புவதற்கு ஏற்பாடாக, படுக்கையை சரிசெய்துகொண்டே விலாசினி சொன்னாள்.

"எங்க வீட்ல ரோஸ்லின்னு ஒரு பூனை இருந்துச்சி. ரோஸின்னு கூப்பிடுவோம். அதோட குட்டிங்க பால் குடிக்கும்போது பார்த்திருக்கேன். ரொம்ப குட்டியா இருக்கும் தாய் பூனையோட பிங் கலர் நிப்பிள்ஸ். நீ இன்னைக்கு அந்த குட்டிப்பூனைங்க மாதிரிதான் நடந்துக்கிட்டடா. அவ்ளோ soft" என்றாள்.

"மியாவ்"

## ஆப்பிள்

**ப்ரோ, நம்ம பேசிக்கிட்டு இருக்கிறது வீடியோ கால்! ஃபோன ஸ்டாண்ட்ல வச்சிட்டு, டேப்ல என்னத்த பார்த்துட்டு இருக்கீங்க?**

நான் மிக தைரியமாக டேப் திரையை அவளோடு பகிர்ந்தேன். அது இந்தியப் பெருங்கடலுக்கு உட்பட்ட, ஆஸ்திரேலியா கண்டத்திற்குள் வருகிற Montgomery Reef பற்றியது. இயற்கையாகவே அமைந்துவிட்ட கணவாய், ஆளுகிற அந்த நிறம் அவளது கண்களை ஒத்தது. ஆனால் என்னை ஆளுகிற அவள் உடலின் பிரதி என்றேன். 'உன் தேடலுக்குள்ள இதெல்லாம் வராதே? எப்படி இந்த கட்டுரைக்குள்ள வந்த? அதும் கற்பனைக்குகூட அகப்படாத ஒரு விசயத்துக்குள்ள? உண்மைய சொல்லு'?

அவள் நினைவிற்குள் வர, அல்லது அவள் நினைவிற்கு வராமலிருக்க, அவள் தேவைப்பட்டதன் குற்றவுணர்ச்சியை காட்டிக்கொடுக்காத எனது கண்களுக்கு பெருந்தன்மையுடன் நன்றி சொன்னேன். - ஐந்து நொடி மௌனத்தை கலைத்தவள், 'இம்ச பண்ணாம சொல்லு' என்றாள்.

கணவாய் குறித்து ஒவ்வொரு காணொளியாக தேடித்தேடி பார்த்துக் கொண்டிருந்தேன். எல்லா கோணங்களிலும் அவளின் நிர்வாண உடலே முன் வந்து நின்றது. எனக்குள் நிகழ மறுத்த அவளின் தூரம், குறைந்தாற்போல இருந்தது. அவள் உடல் பொருந்திப்போகும் அந்த நீரோட்டத்தை என் எண்ணத்திற்கு ஏற்றாற்போல வளைக்க முயன்று அவளோடு ஒத்திசைந்தேன். பறவைப் பார்வையின் வழியே காட்டப்பட்ட புகைப்படத்தை

பல்வேறு துண்டுகளாக வெட்டியும் கூட அவளின் மிச்சமென்பது முழுமை பெற்றுக்கொண்டே வந்தது.

தகிப்பிற்கும் தத்தளிப்பிற்குமான உறவை முடிச்சுப் போடாமல் தப்பிக்க கொஞ்ச நேரம் கைக்கெட்டாத தூரத்தில் அலைபேசியை வைத்துவிட்டு, இமைதட்ட மறந்து விழித்திருந்தேன். தோற்றுப்போதலை முன்னறிவிக்கும் தைரியம் கைகூடி வந்த அந்தியின் புழுக்கம் நினைவிற்கு வரவும் மீண்டும் அலைபேசியை கையிலெடுத்து, காணொளியின் ஒலியை பூஜ்ஜியத்தில் வைத்துவிட்டு வெறுமனே அவள் உடலின் போக்கைப் பார்த்துக் கொண்டிருந்தேன்.

360 டிகிரியில் நிகழும் அந்த விளையாட்டில், எந்த சுற்றில் ஏறினேன் என்பதே புதிராக இருந்தது. அலையின் அழுத்தம் நீருக்குள் நிகழ்ந்து, அந்தத் ததும்பல் வழிந்து முடிய எடுத்துக்கொள்ளும் அந்த ஆறுமணி நேரக்கூடலை அவளின் சொற்களின் வழியே கேட்பதுபோல பாவனை செய்து கொண்டேன். 136வது நாள் என்று வெறும் எண்கள் மட்டும் செய்தியாக வரும். அவையெல்லாம் ஒன்று சேர்ந்து நிகழ்த்தும் அலைக்கழிப்பை கர்வத்தோடு எண்ணிக் கொண்டிருந்தேன். அது காமத்தின் பரிசென சத்தமாக எனக்கு நானே அறிவித்துக்கொண்டேன். உடலென்பது திரவ வடிவமாக பிடிபட்டது. இங்கிருந்தே இரு கையேந்தி அள்ளிப்பருகினேன்.

வேலியோரம் அமைத்திருக்கும் கண்ணிக்குள் அகப்படாமல் வெள்ளரிப்பிஞ்சுகளை மேய்ந்துவிட்டு திரும்பிவிடும் முயல்களின் குதூகலம் மனதின் ஓரத்தில் வடிந்துகொண்டேயிருந்தது. அங்கும் இங்கும் ஓடிக்கொண்டிருந்தேன். காமத்தை துறவாக உடுத்தும் முதிர்வு கணப்பொழுது வாய்க்கவும், அவளைப் பார்ப்பதை நிறுத்தினேன். தற்காலிகத்தின் மேலேயே தங்கிவிடும் சூட்சுமத்தை கற்றுத்தேற இதைவிட நல்ல சந்தர்ப்பம் வாய்க்காதது அறிந்து அங்கேயே தேங்கிக்கொள்ள விரும்பினேன். ஆனால் அது துக்கமாக மேவியது.

172 வது நாள் – என்ற குறுஞ்செய்திக்கு, பதிலீடாக எந்த அளவிற்கு உன்னைத் தேடுகிறேன் என்றனுப்பிய வரிகளைப் படித்துவிட்டு, துக்கத்தின் நிழல் காமத்தின்மேல் விழுந்து

அவள் தொடைகளை அதிரச்செய்த வரிகளை திரும்பத்திரும்ப பார்த்துக் கொண்டிருந்தேன். அதன் பின்னணியில் கேட்ட குரலில் உண்மையில் குரலிருந்ததா என்ற குழப்பமே மேலோங்கியது. உண்மையில் பார்த்துக்கொண்டிருந்தது, அவளைப்பற்றி சொன்னதையா அல்லது அவள் நிகழ்த்தி முடித்த சாகசத்தைப்பற்றி சொன்னதா என்றால் பதிலில்லை.

அறையின் கதவைத் திறந்து வைத்தேன். யாராவது அறையைக் கடந்ததும் மீண்டும் அடைத்துக்கொள்ள வேண்டும் என்பது திட்டமாக இருந்தது. வாசலைப் பார்த்துக் கொண்டேயிருந்தேன். குறுக்கீடற்று நிகழும் இந்த ஆக்கிரமிப்பை தடை செய்ய புறவுலகிலும் யாரும் வருவதாக இல்லை. இருக்கையிலிருந்து எழுந்து வெளியே வந்தும் எட்டிப்பார்த்தேன். வெயிலின் கூச்சத்தில் கண் இருண்டு தெளிந்தபிறகு கதவை சாத்திக்கொண்டேன். தடாலென எதற்கு கால்களைத் தூக்கி கட்டிலின்மேல் வைத்தேன்? அறைக்குள் எதன் வடிவமாக புகுந்திருப்பாளென குனிந்து பார்த்ததுமே புத்திக்கு எட்டியது. உடலுக்குள் புக மறுக்கும் காமத்தை அவளைத்தாண்டி அழைத்துக்கொண்டு வர எதைக்கொண்டு அழைப்பதென தெரியாமல், போர்னோகிராபி ஃபோல்டருக்குள் செல்வதும் திரும்புவதுமாக இருந்தேன்.

ஒரு சந்திப்பிற்கும் அடுத்த சந்திப்பிற்குமான இடைவெளியை நிரப்ப அவள் உடுத்திக் களைந்து கொடுத்தனுப்பும் உள்ளாடைப் பட்டையின் நிறம் திடீரென மறந்துவிட்டதாகப் பட்டது. கைக்கடிகாரங்கள் அடுக்கி வைத்திருக்கும் பெட்டியைத் திறந்து உறுதிப்படுத்தினேன்.

பேசிக்கொண்டிருந்த வீடியோ அழைப்பில், வீடியோவை முதலில் துண்டித்தாள். அவள், அவளை, அவளிடம் என் சார்பாக எவ்வளவு அனுமதிக்கிறாள் என்ற கேள்வி யுகாந்திர பதிலற்றது. அதை திசைதிருப்ப பேசிக்கொண்டிருந்த என்னையும் நிறுத்தச்சொன்னாள். தொண்டைக்குள் இறங்கும் மிடறின் வேகத்தை வைத்து அவளை வென்று விட்டதற்கான அறிவிப்பாக அதை கருதிக்கொண்டேன். அவளின் வருகைக்காக காத்திருந்தேன். ஆனால் திரும்பி வந்தவளின் குரல் அலுவலுக்கான தொனியிலிருந்தது. கட்டுரையை வாசிக்க

முன்வந்தாள். என்னவென்று கேட்கக்கூட துணியாமல் சரி என்றேன். இருவருமாக அந்தக் கட்டுரையை படிக்கத் தொடங்கினோம். இருவரின் குரலும் நொடிகளின் பிசிறு தட்டாமல் சீராக சென்று கொண்டிருக்கும்போது வாசிக்க முடியாமல் நிறுத்தினாள்.

'இவ்ளோ நேரம் நீ சொல்லிட்டு இருந்த பொண்ணுல இருக்ற உடல் நான் தான். அதுல எனக்கு குழப்பமோ சந்தேகமோ இல்லை. ஆனா அந்த ஆன்மா நானில்ல, யாரது என்றாள்'.

தயக்கம் உள்ளெழும் போதெல்லாம் அதை மேலும் அமிழ்த்துவதற்காக ஒரு கோட்டினை படுகிடையாக வரைவாள். தயக்கத்தின் தூசி காமத்தின் ஒளித்திரையில் ஊடாடும் பொழுதெல்லாம் அந்தக் கோட்டிற்கு முன்னே கோடு கிழித்து அவள் பின்னோக்கிச் செல்கிறாளா அல்லது எனக்கு முன்னே கிழித்து என்னை பின்னகர்த்துகிறாளா என்ற குழப்பத்தை மட்டும் பேசித் தீர்த்துவிட்டால் கட்டுக்குள் வந்துவிடும் என்பதாலேயே அப்போதும் மௌனம் காத்தேன். இரண்டாவதுமுறை 'யாரது' என கேட்கத் திராணியற்று நிற்கும் அவள் ஏக்கம் மிகப்பிடித்தமானது. அதிலென் காமம் எப்போதும்போல குளிர்காய்ந்திருக்கிறது. யூகமற்ற அவளின் ஊர்ஜிதத்தைகையாளப்போராடுவதைவிட,சரணடைந்துவிடுதலே இரவின் பசிக்கு விருந்தாகும். அவள் நெருப்பின் ருசி. அதை அவள் கண்ணீரில் பருகலாம். சுடுமெனத் தெரிந்தும் இரண்டு கைகளையும் நீட்டினேன்.

'எனக்கு முகம் காட்ட தோணல நீ சொல்லு' என்றாள்.

*

தண்ணீர் தெளித்து தயாராக வைத்திருந்த வாழை இலையில் ஆளுக்கொரு உருண்டை ராகி களியும், இருவருக்கும் பொதுவாக சில்வர் கிண்ணம் நிறைய மீன் குழம்பும் வைக்கப்பட்டது. மத்தியான வெயிலுக்குப் போட்டியாக மீன் குழம்பின் சூடு இருந்தது. நானும் களியும் மீன் குழம்புமே சொன்னேன். உடைத்து விட்டிருந்த ராகி உருண்டையின் நடுவே, இலையிலிருந்து வழிந்து டேபிள் வழியே அவள் சேலைக்குச் சென்றுவிடாமல் மிக கவனமாக ஊற்றினான்.

ஸ்பூன் கேட்டிருந்தாள். வந்தது. கிண்ணத்திலிருந்து 2 மீன் துண்டுகளை அவள் இலைக்கு மாற்றிவிட்டு, மீண்டும் கிண்ணத்தில் துழாவிவிட்டு, குழம்பிலிருந்து இரண்டு மிளகாய் எடுத்து வந்து தருமாறு சப்ளையரிடம் கேட்டாள். நிமிர்ந்தேன்.

நான் கவனித்ததைவிட அவளைப்பற்றி தெரிந்து கொள்ள, அவளுக்கு ஆர்வம் மிகுதியாக இருந்தது.

நடந்தவை என்று நான் சொல்லப்போவது என் கட்டுக்குள் இருந்தாலும், என்னிடமிருந்து ஒவ்வொரு சொற்களாக உருவி எடுக்கும் வித்தை அவளுக்குத் தெரியும். அதையும் மீறி அவளைப்பற்றி, அவளிடம் சொல்லத் துணிந்ததில் என்னையும் மீறிய நானொன்று வெளிப்பட்டு உளறிவிடுவேனோ எனும் மனநிலையிலேயே, தப்பிப்பதற்கான வேறு வேறு காரணங்களை மனதிற்குள் அடுக்கிக்கொண்டே வந்தேன்.

ஏன் ஸ்லிப் ஆகிட்டே இருக்க? ஒழுங்கா தான் சொல்லேன்.

கண் எடுக்க முடியாமல், தொடர்ந்து அவளையே பார்க்க முடியாமல் தத்தளித்துக் கொண்டிருந்தேன். அவளுக்கு எதிர் இருக்கை காலியாக இருந்ததால், இலையின் தலைப்பக்கத்தை முன்னோக்கி இழுத்து நகர்த்திவிட்டு, அவனை நோக்கி திரும்பி அமர்ந்தாள். என் பேச்சை இடைமறித்தாள். அவள் என் கண்களைப் பார்க்க விரும்பினாள். அவளைப்பற்றி சொல்லச் சொல்ல அவளை எதிர்கொள்ள முடியாமல், என் கண்கள் தோற்றுப்போவதை காண விரும்பினாள். வீடியோ காலில் வரச்சொன்னாள். கைகளில் போனை பிடித்துக்கொண்டிருக்காமல், போனை நிறுத்திவிட்டு, கட்டிலில் கமந்து படுத்து எப்போதும்போல முகத்தை காட்டச்சொன்னாள்.

மீன் பிய்த்துத் தின்னும் பக்குவத்திலிருந்தது. ஒரு வாய் களி கூட தின்னமாட்டாள் என்று சொல்லிக்கொண்டேன். தற்செயலாகக் கூட தலைதூக்கி அவளைப் பார்க்க முடியாமல் என் இலையைப் பார்த்தபடி அவளின் விரல்களை கவனித்துக் கொண்டிருந்தேன். எனக்கோ அவள் கண்களைப் பார்க்க வேண்டும் போலிருந்தது. அவள் அவனை விழுங்கும் விதத்தை இரண்டே இரண்டு பேர் மட்டும் விளையாடும் சீட்டு விளையாட்டில் எதிரிலிருந்து கவனிப்பது போல பார்க்க

விரும்பினேன். வந்ததிலிருந்து நான் மொத்தத்தில் மூன்று முறை அவளை பார்த்திருப்பேனா? அவள், அவனை அப்படித்தான் பார்த்துக் கொண்டிருந்தாள். அவளுக்கு, நான் ஆப்பிள் என்று பெயரிட்ட சம்பவம் ஞாபகத்திற்கு வந்தது.

அவள் கனகாம்பர நிறத்தில் சேலை கட்டியிருந்தாள். இடுப்பு தெரியக்கூடாதென ஜாக்கெட்டின் அடிப்பகுதியில் ஊக்கு குத்தியிருந்தது தெரிந்தது. அவள் கண்ணிற்குள் வெளிப்படும் அவள் உடலுக்கும், புற உடலுக்குமான தூரம், பல்லாயிரம் மைல்களுக்கு அப்பால் இருந்தது. நான் அதில், பனையோலை பட்டை போட்டு கிணற்றில் நீர் இறைக்கையில் வழியும் நெற்றி வியர்வையாக கிணற்றிற்குள்ளேயே விழுந்து கொண்டிருந்தேன். இரண்டையும் பிரித்தறிய முடியாமல் படும் அவஸ்தையை அவள் விரும்பினாள். கேட்கவும் செய்தாள்.
- அப்போவா இப்பவா?

*

சாப்பிடுகிற இடத்தில், இவளுடைய மாயபிம்பம், அவள்மேல் ஏறியதை பெருமையாகச் சொன்னேன். இவளுக்கோ, அவளுடைய மாயபிம்பம் இவள்மேல் ஏறியதாகப் புரிந்து கொண்டதாக எனக்குப்பட்டது. நான் பிரக்ஞை தப்பிப்போனது அறிந்தபிறகு, ஆடாமலே சீட்டைக் கவிழ்த்திருக்கலாம் என்ற யோசனை யாருக்கு சாதகமானது?. நான் தப்பிவிட்ட தடம், தடமறிய முடியாதபடிக்கு மண் மூடியிருந்தது.

மன்னிப்புக் கேட்டேன்.

முகத்தைக் காட்டியவள், 'என்னனு மன்னிக்கனும்' என்றாள். எனக்கோ நீரிலும் நிலத்திலும் ஆகாயத்திலும் வாழக்கூடிய ஏதோவொன்றாக மாறிவிட்டாலென்ன என்றிருந்தது.

# நீர்வட்டம்

வடஇந்தியா சுற்றுலாவிற்குச் செல்லும் மகனை இரயில் ஏற்றிவிட்டு பைக் ஸ்டாண்டிற்கு திரும்பும் வழியிலேயே கார்பெண்டருக்கு அழைத்து, யார் மூலமாக அலைபேசி எண் கிடைத்ததென சொல்லிவிட்டு, தனது சேலைகள் மடித்து தொங்கவிடும் அலமாரிக்குப்பின் ஒரு விஸ்கி பாட்டிலும், ஒரேயொரு விஸ்கி தம்ளரும் வைத்துத்தர வேண்டுமெனவும், அதுதற்செயலாககூட யார்கண்ணிற்கும்தட்டுப்படக்கூடாதெனவும் கேட்டுக்கொண்டாள். அலைபேசியை துண்டித்தபின், சேலை அலமாரியின் புகைப்படத்தை சேலைகள் வரிசையாக தொங்கியபடியும், சேலைகளை அகற்றிவிட்டு ஒரு விஸ்கி பாட்டில் மற்றும் தம்ளரோடு எடுத்து வைத்திருந்த புகைப்படத்தையும் அனுப்பிவிட்டு பதிலுக்கு காத்திருந்தாள். சேலைகள் இல்லாத புகைப்படத்திற்கு ஒரு தம்ஸப் வந்து விழுந்ததும், வாய்ஸ் நோட் பட்டனை அழுத்திப் பிடித்துக்கொண்டு மூன்று பிராண்ட்களை சொன்னாள். இதைத்தவிர எந்த சூழலிலும் வேறு வகை மது அருந்தப்போவதில்லையென இந்த மூன்று பாட்டில்களும் க்ளாஸும் பொருந்துமாறு அறை அமைத்துத் தரும்படி அழுத்தம் திருத்தமாகச் சொன்னாள். கூடவே கேலரியிலிருந்து மீதமிரண்டு பாட்டில்களையும் அனுப்பிவிட்டு, அலைபேசியை இருக்கையின் கீழே போட்டுவிட்டு வீட்டை நோக்கி கிளம்பலானாள்.

உன்ன மாதிரி ஆளெல்லாம் விருப்பப்பட்டவன்கூட படுக்கவும் முடியாம, புருஷன் கூட சந்தோஷமா வாழவும் விரும்பாம, தோளுக்கு மேல வளர்ந்துட்ட தன் பையன கூட்டிக்கிட்டு சினிமா, பீச், பார்க், செல்பின்னு எல்லா

இச்சைகளையும் தாய்மைக்குள்ள பதுக்கி வச்சிக்கிட்டு வாழ்ற பித்துக்குளிடி நீங்க எல்லாம். உங்களுக்கெல்லாம் என்னை மாதிரி பசங்க ஏங்கி ஏங்கி சாவனும். அதுலயே ஆர்கஸம் எல்லாம் பாத்துக்ற; போன்ல செக்ஸ்டிங் வரைக்கும் அனுமதிச்சிக்கிட்டு அதுலயும் அய்ய்யோ அம்மம்மான்னு உள்ளெழும்புற குற்றவுணர்ச்சிய ஒரே நேரத்துல ஒரு லட்சம் பேர் கூட படுத்து எந்திச்சவ மாதிரியே மடைமாற்றி வெளியில காட்டிகிட்டு பெருமை பீத்திக்கிற அல்பைங்கடி நீங்க. இதோட உன்ன எத்தனையாவது தடவை ப்ளாக் பண்றேன்னே எனக்கு தெரியல. இந்த தடவை ப்ளாக் எடுத்துட்டு வந்து நிக்க மாட்டேன் டி. யூ சேடிஸ்ட்.

போகலாமா வேண்டாமாவென்ற யோசனையோடு முதல் ஆளாக சிக்னலில் பைக்கை நிறுத்தினாள். வலது பக்கக் கண்ணாடியில் குனிந்து முகம் பார்த்தாள். அதில் பபுள்கம் ஊதி முட்டையுடைப்பவளும், ஒரு மிடறு விஸ்கியை பருகிவிட்டு கண்ணாடி தம்ளரை லேப்டாப் அருகில் வைப்பவளும் தெரிந்தாள். தான், எதன் மிச்சமென்ற குழப்பத்தை பேசிப்பார்த்ததில், யாருக்கும் பிடிபடாதவளென்ற கர்வத்தை தனக்குத்தானே சூடிக்கொண்டாள். தேவைக்கும், தேர்வுக்கும், தயக்கத்துக்கும், போலித்தனத்திற்கும், குழப்பத்திற்கும் சேர்த்து அடங்கிப்போன அந்த கிரீடத்தை இப்படி வாழப்போதுமானதாக அர்த்தப்படுத்திக் கொண்டதாக கென்னடி சொன்னபோதும் கூட, ‘போடா டேய்’ என்று முடித்துக்கொண்டாள். தன்னை தாக்குப்பிடிப்பவன் இந்த பூமியிலே இல்லையென வண்டியை செலுத்தினாள் லீலா.

“ஹர்ஷத் இல்லாம எனக்கு ஒருமாதிரி இருக்கு. இந்த 15 நாளும் எப்படி சமாளிக்கப்போறனோ தெரியல. நீ அவன் பெட்ரூம்ல படுத்துக்க. நான் கதவ லாக் பண்ணிடுவேன். எனக்கு ரொம்ப ஒருமாதிரி இருக்கு. நடுராத்திரி எந்திரிச்சி ஓ-ன்னு கூட அழுவேன். உனக்கு என்னோட எமோஷன் புரியாது. புரியாம காயப்படுத்திடுவ. கிச்சன்ல இருந்து டேவிட் ஆப் பாட்டில மட்டும் எடுத்து குடுத்துட்டு போ.”

கதவை சாத்திய வேகத்தில் தலையணையை கடித்துக்கொண்டு அழுதாள். முதலில் அந்த அழுகையிலிருந்து ஹர்ஷத் இல்லாமல்

போனான். பிறகு கென்னடி. அதன் பிறகு பரத். பின்னர் அந்த அழுகையிலிருந்து அவளும் காணாமல் போனாள். அவளுக்கு அவளை தன்னை யாராவது குற்றவாளியாக நிறுத்தி முகத்திற்கு நேர் விசாரித்தால் தேவலாம்போல இருந்தது. திக்கித்திணறி பதில் சொல்லத்தெரியாமல் தோற்றுப் போனால் நன்றாக இருக்குமெனப்பட்டது. மூக்குடைபடும் அற்ப சந்தோசத்தை யாராவது பரிசளித்தால் நிம்மதியாக இந்த இரவைக் கடந்துவிடலாமென எண்ணினாள்.

ப்ளாக் செய்ய வைப்பது தன்னிடமிருக்கும் பெரும் கலையென்றும், தாக்குப்பிடிக்க முடியாதவர்களின் முதுகு எனவும் சுயதம்பட்டம் அடித்துக்கொண்டவள், தன்னை ப்ளாக் செய்துவிட்டுச் சென்றவர்களை ஒவ்வொருவராக வாட்சப்பில் பார்த்துக்கொண்டே வந்தாள். எல்லாம் அலுப்பாகப்பட்டது. 60எம்எல் அளவையில் ஊற்றிவிட்டு அலுவலக மடிக்கணினியை திறந்தாள். பவர் பட்டன்வரை சென்றவள், வேண்டாமென விஸ்கியின் மீது கவனம் செலுத்தினாள். மணற்கடிகாரம் போல அளவையை விரலிடுக்கில் வைத்து குடுகுடுப்பை போல ஆட்டிக்கொண்டிருந்தாள். அது அவளுக்கு பற்றவைக்காத சிகரெட்டாகவும் தெரிந்தது. ‘சிகரெட் எனக்கு தேவையா இல்ல பயப்படுறேனா?’ ஒரு க்ளாஸ் விஸ்கியை எவ்வளவு நேரம் பருக வேண்டும், அதற்கான மனநிலை எப்படியெல்லாம் இருக்க வேண்டுமென தன்னை எலைட்டாக மாற்றத்தேவையான தகவல்களுக்கு கூகுளின் துணையை நாடினாள்.

ஹர்ஷத் திரும்பி வருவதற்குள் நிகழ்த்திப்பார்க்க வேண்டிய சாகசங்கள் அடங்கிய நோட்ஸை அலைபேசியில் திறந்து பார்த்தாள். பிடிச்சவன் கூட செக்ஸ் வச்சிக்கிறதுல எனக்கென்ன தயக்கம்? பரத் அனுப்பிய வாய்ஸ் நோட் திரும்பத்திரும்ப மனதிற்குள் ஓடியது. நிச்சலனமான மனதோடு முதல்நாளே குடிக்கமுடியாமல் போவது குறித்து வருத்தப்பட்டாள். அவனை அப்புறப்படுத்த எப்படி யோசிக்க வேண்டுமென்று கூட தெரியாமல் அவஸ்தைப்பட்டாள். ஆனால், மிடறு மிடறாக இறங்குவதை நிறுத்தாமல், அவன் துளைத்தெடுத்ததையே ஒரு தவச்சொல்லாக ஆக்கிக்கொண்டு அதிலிருந்து வெளியில் வராமல் அதையே நினைத்துக்கொண்டு பருகலானாள். அவளை

ஆற்றுப்படுத்த வேறு ஏதோவொன்று தேவைப்பட்டது. படுக்கை விரிப்பை மாற்றிவிட்டு, ரகசிய அறையிலிருந்து வைப்ரேட்டரை எடுத்து நடுக்கட்டிலில் போட்டாள். தன்னுடைய நிழல் விழாதபடி சாமர்த்தியமாக புகைப்படம் எடுத்ததற்கு தன்னைத்தானே மெச்சிக்கொண்டாள்.

*Public - Friends Only - Customs* – எல்லோரும் பார்க்கும்படி பதிவிடுவது துணிச்சலில் வருமா? நண்பர்கள் மட்டும் பார்க்கும்படி பதிவிடுவது எப்படி சுதந்திரமாக வாழ்கிறேன் பார் எனக் காட்டுவதில் வருமா? தேர்ந்தெடுக்கும் நபர்கள் மட்டும் பார்க்கச்செய்வது இறங்கிப் போவதில் வருமா? புள்ளி மேலும் கீழுமாக போய் போய் வந்தது. நான் வாழும் வாழ்க்கையை யாருக்குச் சொல்ல வேண்டும் அல்லது யார் பார்க்க வேண்டும்?

ஒரு சந்தோசத்தை, ஒரு துக்கத்தை தனியாக சுமக்கத் தெரியாததா இந்தப்பிறவி?

என்னடா பொண்ணுங்க கூட கடலையா? கலர் கலர் ட்ரெஸ்ல பார்த்ததும் மயங்கிட்டியா? அம்மாவுக்கு ஒரு குட்நைட் கால் இல்ல. அதுக்குள்ள அம்மா தேவைப்படாம போயிட்டேனா? தன் மகளைப்பார்த்து எனக்கும் அப்போ 15 வயசு தானென சொன்ன ரீல்ஸ் ஞாபகம் வரவும் அதை தன் மகனுக்கு ஏற்றார்போல சொல்லிவிடத் துடியாக துடித்தாள். மனம் ஒப்பவில்லை ஒத்துவரவில்லை. மிஸ் யூ மா விற்கு அடுத்த வரியில் நெட் ஆஃப் பண்றேன் மெசேஜ் ஹர்ஷத்திடமிருந்து வந்து விழுந்தது. இவளின் பதிலோ சிங்கிள் டிக்கில் நின்றது. மிச்சமிருந்ததை முழு வாய்க்கும் ஊற்றிவிட்டு க்ளாஸை மேஜையில் வைத்தாள்.

ஒவ்வொரு பிறந்தநாளன்றும் தன் வயதை அறிவிப்பதில் லீலாவிற்கு பெருமிதமிருந்தது. 39வது பிறந்தநாளில் கென்னடி, லீலாவை உச்சி குளிர வைத்துவிட்டு, அவளிடம் இப்போதுகூட குழந்தை பெற்றுக்கொள்ளலாமென கிட்டத்தட்ட வலியுறுத்தினான். அதற்கு அவளது உடலும் மனமும் எப்படியெல்லாம் கட்டுக்கோப்பாக இருக்கிறதென இவனுக்குத் தோன்றியது, இவன் எதிர்பார்ப்பதென எல்லாவற்றையும் லீலாவிற்கு அலங்காரமாகப் பூட்டினான்.

அப்பபடின்னாலும், என் புருஷன் கூட பெத்துக்கிறதுல என்னடா த்ரில் இருக்கு?

ஹர்ஷத் அறையில் கணவன் என்ன செய்கிறானென பார்க்கச் சென்றாள். தன் மகனின் கட்டிலில் படுக்காமல் தரையில் போர்வையை விரித்து கவிழ்ந்து படுத்து படம் பார்த்துக் கொண்டிருந்ததைப் பார்த்ததும் திரும்பி அறைக்குச்சென்று தண்ணீர் நிறைந்திருந்த ஜக்கை எடுத்து வந்து அப்படியே அவன்மேல் ஊற்றினாள். 15 நாள் இரண்டு பேர் மட்டும் தான் இருக்கப்போறோம்! நீ எல்லாம் என்ன ஆம்பள? கதவை வெளிப்பக்கமாக பூட்டிவிட்டு, சுழல் இருக்கையில் வந்தமர்ந்தாள். இருக்கைக்கான கர்வமும் ஆளுக்கான கர்வமும் ஒன்றிணையும் புள்ளியை கொரானாவிற்கு முன்பு அனுமதித்ததை இப்போது விழுந்திருக்கும் வெற்றிடத்தை நேர் செய்ய முடியாமல் போனதை நினைத்துப் புன்னகைத்தாள். இந்த நாய்ங்க எல்லாம் உடம்புக்கு அலையுது. ஆனா இவன்? கடவுளே என் விருப்பம்போல வாழ எனக்கு தைரியத்தை குடு. Custom செட்டிங்கில் இவனெல்லாம் பார்த்துட்டு சாகணுமென நினைத்த ஒரு சிலரையும் சேர்த்தாள். உடைபடும் அளவிற்கு கதவு தட்டும் ஓசை கேட்டதும், வைப்ரேட்டரை எடுத்து வைத்துவிட்டு கதவு முன்பு வந்து நின்றாள். அவன் செய்யக்கூடிய சாத்தியங்களை அசைபோட்டபடி கதவைத் திறப்பது குறித்து யோசனையில் ஆழ்ந்தாள்.

அப்பபடின்னா என்கிட்ட குழந்தை பெத்துக்கோங்க. எப்டி ஐடியா? – அவனுக்கு சொன்ன பதில் நாவினடியில் தித்திப்பதாகவே இருந்தது. ஏனோ உடனே ஞாபகத்திற்கு வரவில்லை. படுக்கையறை வாசலில் நின்று கொண்டே இரயில் நிலையத்தில் ஹர்ஷத்துடன் எடுத்த புகைப்படத்தை outing with my boy என பதிவிட்டாள். பேண்ட் பாக்கெட்டில் அலைபேசியை வைத்துவிட்டு, உள்ளங்கை சிவக்க கதவில் அறைந்து அவன் தட்டுவதை நிறுத்த வைத்தாள். இந்தப்பக்கம் இருந்து கொண்டே மன்னிப்புக்கேட்டாள். தேம்பித் தேம்பி அழுதாள். இதுவரையிலான காயங்களுக்கெல்லாம் சேர்த்து முகம் பார்க்க முடியாமல் குறுகிப்போனது குறித்து முறையிட்டாள். தன்னை கைவிட வைப்பதற்காக நிகழ்த்திய

நாடகங்கள் குறித்து கூனிப்போவதாக விசும்பினாள். அழுதுஅழுது மூச்சுத் திணறுவதாக சொல்லி இடைவெளிவிட்டாள். இப்படியே போனால் தூக்கிட்டுக் கொள்வாளே என அவன் யோசித்துவிடாதவாறும் பார்த்துக்கொண்டாள். இன்னொருமுறை மன்னிப்புக் கேட்டுவிட்டு குளிக்கப்போகச் சொன்னாள். கதவிடுக்கிலிருந்து நிழல் விலகியதும் மாற்று ஆடையை எடுத்துப்போட அறைக்குத் திரும்பினாள்.

அழுது வடிந்தது கேவலமாக இருந்தது. ரிடர்ன்ஸ் இல்லாத இந்த ஒப்பாரியின் மீது லீலாவிற்கே மதிப்பில்லாமல் போனது. யாருடைய வெற்றிடத்தை சமாளிக்க முடியாமல் இப்படி செய்தோமென யோசிக்க இன்னொரு 60 தேவைப்பட்டது.

ப்ளாக் எடுக்கச்சொல்லி தட்டச்சு செய்து வைத்ததை பார்த்துக் கொண்டேயிருந்தவள் சந்தேகம் வந்து மேலே பெயரைப் பார்த்தாள்.

ரொம்ப நேரம்
ரொம்ப நேரம்
ரொம்ப நேரம்
ரொம்ப நேரம்
ரொம்ப நேரம்

## தாயம்

நீலவாணியின் அனுமதி கோராமலே வீட்டிற்குள் நுழைந்ததும் இடது பக்கமிருந்த படுக்கையறை கதவைத் திறந்தேன். வாசலுக்கு நேர் எதிரில் ஆறடி உயர கண்ணாடியொன்று சாய்த்து வைக்கப்பட்டிருந்தது. அது இன்னொரு ஆள் அல்ல, நான் தான் என்று பிடிபடுவதற்குள் உள்ளுக்குள் ஒரு நடுக்கம் வந்து அடங்கிப்போயிருந்தது. மொத்த அறையும் உள்வாடகைக்கு விடுவதற்காக வெள்ளையடித்து தயார் நிலையில் வைத்திருந்ததுபோலப்பட்டது. ஆனால் அவள் அப்படியானவள் இல்லை. நிலையின் இரண்டு பக்கமும் கையூன்றி அறையின் இடது பக்கம் திரும்பிப்பார்த்தேன். கிராப்ட் தாளில் வெட்டி ஒட்டப்பட்ட பட்டாம்பூச்சிகள் சீரான இடைவெளியில் ஒரேயிடத்தில் பறந்து கொண்டிருந்தன. அங்கிருந்த சிலாப்புகளில் கதவுகள் இருந்ததற்கான அடையாளம் மட்டும் மிச்சமிருந்தது.

கழிவறையில் ஃப்ளெஷ் செய்யும் சத்தம் கேட்டதும் இயல்புக்குத் திரும்பியவனாக சத்தமின்றி தாளிட்டுவிட்டு, அவள் வாழ்வதற்கு சாத்தியமுள்ள, பூட்டியிருந்த இன்னொரு படுக்கையறையின் கதவைப் பார்த்துக் கொண்டிருந்தேன். 'ஈரமாயிருக்கு பரவாயில்லையென' கையை நீட்டினாள். எனக்கந்த சம்பிரதாய கைகுலுக்கலின் அர்த்தம் புரியாமல் நீட்டினேன்.

சாவிபோட்டு படுக்கையறையை திறந்ததே எனக்கு வியப்பாக இருந்தது. அவளின் கட்டளைகளில் ஒன்று இம்மாதிரியான சில்லறைக்கேள்விகள் எனக்குள்ளேயே தோன்றாமல் கொஞ்சம் கொஞ்சமாக மறைந்துவிட வேண்டும். என்னுள்ளே மாறாமல்

நான் எனக்குள் அமிழ்த்தி வைப்பது என்றைக்காவது ஒருநாள் பூதாகரமாகலாம் என்பதால் இந்தக் கட்டளை. ஆனால் அதுவெல்லாம் என் கட்டுப்பாட்டிலில்லை. கதவைத் திறந்து பார்த்ததுபோல் அது, அது விருப்பப்படிதான் நடந்து கொள்கிறது என்றெல்லாம் சொல்லிவிட முடியாது. சொன்ன நேரத்திற்குள் முடியாது என்றாலும் சரி என்று தலையாட்டிவிடும் நாசூக்கை வேலையின் நிமித்தம் உருவாக்கிக்கொண்டது இவளிடமும் பயன்படுமென்று நம்பினேன்.

சூனியக்காரி போன்ற யூகமெல்லாம் இல்லை. என் உடலுக்குள் வாழும் ஆவியாகவே கேட்டாள். இன்னும் எத்தனை வருசம் இப்படி ஏங்கியே சாகலாம்னு இருக்க? 23+4 =27 வயசாகுதுல? ஏற்கனவே நாலு வருசம் போய்டுச்சி. இல்லையென்று தெரிந்தும் திரும்ப ஒருமுறை சென்று பார்த்தேன். பிறந்தமாதமும் தேதியும் மட்டும் இருந்தது. உன்னோட பிறந்தநாள் அன்னைக்கு உன் லிஸ்ட்ல சேர்ந்தேன். கரெக்ட்டா? கூப்பிடும்போது மட்டும் வந்து செல்ல வேண்டும், கேள்விக்கு பதில் சொல்லாமல் இருக்கலாம் ஆனால் எதிர் கேள்வி கேட்கக்கூடாது.

இன்னொரு கதவைத்திறந்து இங்கு வந்து என்னுடன் நில் என்று என்னை அழைத்தாள். இருவருமாக பால்கனியில் நின்று கொண்டிருந்தோம். அவளுக்கு அடுத்து ட்ரீம் கேச்சரை படுகிடையாக கிடத்தியபோலிருந்தது அதில் தொங்கிக்கொண்டிருந்த அவளின் வர்ண உள்ளாடைகள். முற்றிலுமாக நீர் வடிந்து ஈரம் உலர்ந்து கொண்டிருந்தது. வெகு நாட்களாக அஸ்திவாரத்தோடு நிற்கும் எதிர் ப்ளாட்டில் எருக்கஞ்செடி பூத்துக்கிடப்பதை காட்டினாள். அங்கிருந்து கண்ணெடுத்தேன். என்ன? என்று சிரித்தாள். ஒன்றுமில்லை என்பதுபோல தலையசைத்தேன்.

உனக்குதான் போட்டா எடுக்க பிடிக்குமே? எடுத்து உன் ஸ்டோரில வை. எப்படியும் நெட்ல இருந்து எடுத்தன்னு தான் நினைக்க போறாங்க. சந்தேகமெல்லாம் படமாட்டாங்க. நாலு வருசமா அதத்தான பண்ணிகிட்டு இருக்க?

எனக்கு மறுக்கத்தோன்றியது. சிரித்து வைத்தேன். அனிச்சையாகவே என் மொபைலை கையில் எடுத்துவிட்டேன்.

வேறெங்கும் இடம் மாற்றட்டுமா என கேட்டாள். அவளாகவே, இன்னொரு படுக்கையறை வொயிட் வாஷ் பண்ணி பளிச்சென்று இருப்பதாகவும் அங்கு புகைப்படம் எடுக்கலாம் என்றாள். அங்கிருந்த கூண்டைப்பற்றி கேட்கலாமென்ற ஆவலோடு சரியென்றேன். இல்லல்ல இப்ப வேணாம் என்றாள். சரி இங்கேயே தொங்கட்டும் என்றேன். ஆனால் புகைப்படம் எடுக்கும் மனநிலை என்னிடமிருந்து பறிபோயிருந்தது. காமத்தின் பதியம், வேர்பரப்பி அவள் குடியிருக்கும் நான்குமாடி அபார்ட்மெண்டையே விழுங்கிக் கொண்டிருந்தது. இது எதையும் என் கண்களில் வெளிப்படுத்தாமல் தியான மண்டபத்தில் அமர்ந்திருப்பவன்போல நின்றுகொண்டிருந்தேன். மீண்டும் கேட்டாள். என்ன? இதுவே கடைசி சந்திப்பாகி விட்டாலும் பரவாயில்லையென முத்தமிட விரும்பினேன். அவள் கட்டளைகளோ மீறுதலுக்கான சிறு துரும்பைக்கூட கிள்ள அனுமதிக்காதவை.

அதையும் தாண்டி, என்னிடம் ஒரு கேள்வியிருந்தது. முப்பது நொடி "ஹம்" பண்ணி வைக்கிறது என்னவோ பன்னிரெண்டு மணிக்குமேல தான். அதையும் விடியுறதுக்குள்ள எடுத்துடுறிங்க? ஏன்?

*

முழுமையாக பொதுமக்கள் பயன்படுத்தத் தொடங்காத பாலத்தின் வளைவில் அவளது பைக்கை நிறுத்தினாள். ஆறரை மணியாகியும் இருட்டாமல் இருந்தது. இரண்டு சிலுவைகளையும் 'கவனிச்சிகிட்டே இரு' என்றாள். அவளும் பார்த்துக்கொண்டிருந்தாள். அந்தி இருள இருள சிலுவையின் சிகப்பு கொஞ்சம் கொஞ்சமாக தன் பிரகாசத்தை அதிகரித்துக் கொண்டிருந்தது. முழுமையாக தன் நிறத்தை வந்தடைய மூன்று நிமிடம் ஆகுமென்றாள். அதற்கு சாட்சியாக கையில் கட்டியிருந்த ஸ்மார்ட் வாட்சையும் காட்டினாள். அதையும் தாண்டி எதற்கு நிற்கிறோமென தெரியாமல் நான் நின்று கொண்டிருந்தேன். சரியாக ஏழு மணிக்கு வெங்கல நாக்கு, மணியில் மோதிய ஓசை கேட்டதும் அதுவரைக்குமான நீலவாணிக்கு எங்கிருந்தோ உத்தரவு கிடைத்தது போல கிளம்பலாம் என்றாள். நான் பயந்தேன். பேய்க்கு பயந்தேன்.

காமத்திற்குப் பயந்தேன். அவளுக்குப் பயந்தேன். முடியை அள்ளி மார்பிலிடுகையில் பின்னங்கழுத்தில் சிலுவை இல்லாதது குறித்துப் பயந்தேன். இருப்பது போல கற்பனை செய்து பயந்தேன்.

நீலவாணியின் முகமெல்லாம் மாறவில்லை. எனக்குத்தான் அவளை எதிர்கொள்ள தைரியமில்லை. அதனால்தான் இப்படி மிகையான கற்பனையில் உழல்கிறேன். ஏழு மணிக்கு அவள் வீட்டிற்கு செல்வதாகத்தான் திட்டம். அதுவும் கூட என்னை இப்படி ஆட்டுவித்திருக்கலாம். ஆனால் அவள் பைக்கை நிறுத்தச்சொல்லிவிட்டு என்னை இறங்கச்சொன்ன இடம் பேருந்து நிறுத்தம்.

பேருந்திலிருந்து இறங்கியதும், அறைக்கு வந்துவிட்டதாக தகவல் சொன்னேன். உடனே அழைத்தாள். ‘ரூம் கிட்டதானே? அதுனால அப்படி சொன்னேன்’ நடந்துட்டு இருக்கேன். பஸ் ஸ்டாண்ட்ல இருந்து சரியா 1100 மீட்டர் மேப்ல காட்டும், “ஸாரி”

என் அறையின் கதவை நான் தட்டும்வரை எதுவும் பேசாமல் தொடர்பிலேயே இருந்தாள். அறைவாசி கதவைத் திறக்கும் ஓசை கேட்டதும் அழைப்பை துண்டித்தாள்.

இதுவரையில், புகைப்படங்களின் வழியே எங்களுக்கு சுற்றிக்காட்டிய படுக்கையறைக்கு ஓர் ஆணின் தன்மை இருந்தது. முதல் வேலையாகப் பதிவேற்றியிருந்த படுக்கையறைப் புகைப்படங்களை ஒன்றுவிடாமல் என்னுடைய மொபைலில் சேமித்தேன். அந்த அறையின் அமைப்பு இப்போது வெள்ளையடித்து புத்தம் புதிதாக காட்சியளிக்கும் படுக்கையறை என்பதை எடுத்த எடுப்பிலேயே உறுதி செய்து கொண்டேன். வருடா வருடம் அவளிடமிருந்து வந்துசேரும் டைரி ஒன்றை எடுத்து, அறையில் உள்ள சின்னச்சின்ன பொருட்களையும் குறித்துக்கொண்டு வந்தேன்.

அறைவாசி படம் பார்க்கச் செல்வதாகவும் இரவு சரக்கு பார்ட்டியை முடித்துவிட்டு நாளை மதியத்திற்குமேல் வருவதாகவும் சொல்லிவிட்டு கிளம்பினான்.

சேமித்து வைத்த மிச்ச புகைப்படங்களை நோட்டமிட்டேன்.

புகைப்படங்களுக்காகவே அலங்கரிக்கப்பட்டிருக்குமோவென ஒரு கட்டத்திற்குப்பிறகு யோசிக்கலானேன். யோசனை சந்தேகமாக மாறியது. சந்தேகம் ஊர்ஜிதம் செய்தாக வேண்டுமென என்னை இம்சித்தது. கூகுள் லென்ஸ் துணையை நாடினேன். அவள் அறையின் சாயலில் ஏகப்பட்ட புகைப்படங்கள். ஒரு முடிவுக்கு வர விரும்பியும், வராமல் மீண்டும் மீண்டும் சோதித்துப்பார்க்கச் சொல்லும் எண்ணவோட்டத்திற்கு தீனியானேன். எதை நிரூபிக்க என்னை இவ்வளவு சித்திரவதை செய்தேனென்று சொல்லத் தெரியவில்லை. வாட்சப்பில் இப்போது அழைக்கலாமாவென ஆங்கிலத்தில் குறுஞ்செய்தி அனுப்பியிருந்தாள். நான் பதிலளிக்கும் முன் வீடியோ கால்? என வந்து விழுந்தது. தட்டச்சு செய்து கொண்டிருந்த பதிலை அழித்துவிட்டு, அழைத்தேன். அழைப்பை துண்டித்துவிட்டு, கொஞ்சநேரத்தில் அழைப்பதாக பதில் அனுப்பினாள்.

அவள் செய்ததுதான் சரி. சரி / வேணாம் பதிலைத்தாண்டி என் அதிகப்பிரசங்கித்தனம் புரிந்தது. மன்னிப்புக்கேட்க மனம் ஒப்பவில்லை. ஆராய்ந்து கொண்டிருந்த அனைத்தும் தடைபட்டுப்போனது. அழைப்பிற்காக காத்திருந்தேன்.

வீம்பிற்காக அழைக்காமலிருப்பாள் தூங்கு என்றது புத்தி. புத்திக்கு எட்டுவதாக இல்லை. தெரிந்தே செய்த தவறை எனக்கு மன்னிக்கத் தெரியவில்லை. திரும்பதிரும்ப பார்த்துக்கொண்டிருந்தேன். அழைப்பதற்கான அறிகுறி கண்ணுக்கெட்டும் தூரம் வரையிலும் இல்லை. ஒருவழியாக அவள் அறையை ஆராயத்தொடங்கலாமென முடிவெடுத்து கூகுள் லென்ஸ் க்ளிக் செய்யவும் அழைத்தாள். கேமரா எதேனும் வைத்திருப்பாளோ என்கிற யோசனையோடு அழைப்பை ஏற்றேன். “*not bad*” என்றாள். பனியன்கூட போட்டிருக்காத என் உடலை சொல்கிறாள் என்பது நன்கு தெரிந்தது. சிரித்தேன். “*சச்சின் செயின்!*” – இது என்னோட ஜெனரேசன்ல உள்ள மாடல்டா!

என்ன? என்னோட வயச கண்டுபிடிக்கிற யோசனையில இருக்கியா?

*

நீலவாணிக்கு மட்டும் ஏன் தேவ்டியா பட்டமில்லை? அவளுக்கு மட்டும் ஏன் எந்த சாபமும் இல்லை?

உடலை நிமிர்த்தி முதுகுகாட்டி அமர்ந்திருக்கும் புகைப்படத்தில் வாட்ச் கட்டப்பட்ட ஏதோ ஓர் ஆணின் கை அவள் மேனியை எங்கேனும் தொட்டுக்கொண்டிருக்கும். அந்த புகைப்படங்கள் அடங்கிய தொகுப்பிற்கு 'time to fly' என்று பெயர். பறக்கப்போவது அவளா அல்லது பற்றியிருக்கும் அந்தக் கையா என்றால் அந்தக் கேள்வியை யார் கேட்பது? அவளை நெருங்குவதற்கான தகுதி என்ன? கைக்கடிகாரத்தின் நிறுவனம் மற்றும் அதன் விலையை கண்டறிந்து எட்டாக்கனியென பெருமூச்சிடுவது வழமை. இதெல்லாம் இரவு 'ஹம்' செய்து பதிவிடும் முப்பது நொடிகளுக்கு முன்னால் அவளைக் குறித்த பிம்பம் மனதிலிருந்து காணாமல் போயிருக்கும்.

"பீங்கான் துண்டுகள் தாங்கிய மதில் சுவரில் நடந்து போகும் பூனையின் பாதம் உன் உடல்". - கமெண்ட் பாக்ஸில் இந்த வரியை எழுதிய கவிஞனை நினைத்து எப்படியெல்லாம் அனுதாபப்பட்டிருப்பாள்?

பூங்கா, வணிகவளாகம், திரையரங்கம், கடற்கரையென எங்கு சென்றாலும் அந்த இடத்திலிருந்து புகைப்படமொன்றை பதிவேற்றுவாள். ஆனால் எதிர்பாராத சந்திப்பென யாருடனும் நிகழ்ந்ததே இல்லையா என்ன?. நான் அதில் முயன்று தோற்றுள்ளேன். எட்ட நின்று ரசிக்கச்சொல்லும். எப்படியாவது அடைந்துவிடச் சொல்லும். ஒருபோதும் அவள் காதுகளுக்கு எட்டப்போகாத பட்டமென்பது கௌரவம். அது அவளுக்கு சாலப்பொருத்தமென சமாதானம் சொன்ன அன்றுதான் அவளிடமிருந்து நட்பழைப்பு வந்தது. அழைப்பை ஏற்றுக்கொள்ளும் முன் மந்திரம்போல அவளது பெயரை உச்சாடனம் செய்தேன். அதுவரை உடலை ஆட்டுவித்துக் கொண்டிருந்த காமம் காதுகளின் வழியே வெளியேறுவதை உணர்ந்தேன். அந்தச்சூடு இன்றுவரை தணியாமல் நானோ அவளோ பார்த்துக் கொள்கிறோமென அவளிடம் சொல்லிவிடும் துணிச்சலை மட்டும் கொடு ஆண்டவாவென வேண்டுமென்றே சோம்பல் முறித்தேன்.

அடுத்த சந்திப்பில் சேர்ந்து நடனமாட பாடலொன்றை

தெரிவு செய்து வைக்கச் சொல்லிவிட்டு அழைப்பை துண்டித்தாள்.

பதின்மத்தின் ஒருத்தியும், இருபதுகளின் ஒருத்தியும் நீலவாணியிடம் வெளிப்படுவதை கண்டதுண்டு. எப்போது எந்த விசயத்திற்கு வெளிப்படுவாளென்ற யூகம் மட்டும் அச்சம்பவம் முடிந்த வேறு எப்போதாவது தான் எனக்கு எட்டும். ஆனாலும் தெளிவிருக்காது. என்னோடு நடனமாடப்போவது யாரென்ற கேள்வி முந்தி நின்றது. அது பாடலைத் தேர்ந்தெடுப்பதில் இன்னும் தேங்கவைத்தது. கூடவே இப்போது இருப்பவளுக்கும் முன்னர் சொன்ன இருவரில் ஒருவருக்குமான கால இடைவெளியை என்னைக்கொண்டு நிரப்பப்போகிறாள் ஏன் நிரப்ப வேண்டுமென்ற கேள்வியும் என்னைத்துரத்தியது. அப்படியானால் என்னுடைய வயது அவளிடம் எத்தனையாக இருக்க வாய்ப்பிருக்கிறது? விளம்பர இம்சைகளைத் தவிர்க்க ப்ரீமியம் அக்கவுண்டிற்குள் நுழைந்து பாடல்களைத் தேட ஆரம்பித்தேன். அவள் குரல் மறந்து, முகம் மறந்தது என்னை நானே கைவிட்டது போலிருந்தது. அவள் பெயரை எழுத விரும்பினேன். கண் கூசச்செய்யாத வெளிச்சம்போல வழிகாட்டினாள். அது அவளும் இல்லை, பின் தொடர்ந்தது நானுமில்லை. ஆனால் நாள் பொழுதற்று பாடல்களை கேட்கத் தொடங்கியிருந்தேன்.

*

ஏற்கனவே அவள் படுக்கையறையில் ஸ்பீக்கர் இருப்பதை பார்த்திருக்கிறேன். அதில்லாமல் சோபாவில் புத்தம் புதிய sennheiser பாக்ஸ் இருந்தது. கொரியர் பிரித்ததற்கான சான்றும் அங்கேயே கிடந்தது. என்னை வரவேற்று உதடு பிரியாமல் சிரித்தாள். கதவைத் தாழிட்டுவிட்டு என் பின்னே வந்தவள் சுள்ளென வலியுணரும்படி அடித்தாள். அப்படியே தட்டியும் கொடுத்தாள். நெஞ்சில் நகத்தைக்கொண்டு பெண்டிர் கீறுவரென காமசாத்திரத்தில் சொன்னது ஞாபகம் வந்தது. நான் என்ன யோசித்துக்கொண்டு வந்திருப்பேனென என் கவனத்தை சிதைத்திருப்பாள்? திரும்பிப்பார்த்தேன். ஷர்ட்க்குள்ள பனியன் போடுற பழக்கமெல்லாம் இல்லையா? இல்லையே போட்டிருந்தியே பாத்திருக்கேனே என்ற பதிலையும் அவளே

சொன்னாள். சில தேர்ந்தெடுக்கப்பட்ட ஷர்ட் ப்ராண்ட்-களுக்கு மட்டும் விதிவிலக்கு என்றேன்.

கண்ணடித்தாள்.

என்னுடைய அலைபேசியில் ப்ளூடூத் configure பண்ணச்சொன்னாள். பண்ணியபிறகு, அவள் பெயரிட்டு வைத்திருந்த ஃபோல்டரை திறந்து என் மொபைலை அவளிடம் நீட்டினேன். மொத்தம் ஐந்து. அதிலொன்றை தேர்ந்தேடுக்கச் சொன்னேன். பிடித்தப்பாடலை அவளது அலைபேசிக்கு அனுப்பச் சொன்னாள். அனுப்பியதும் அவள் படுக்கையறையிலிருந்த ஸ்பீக்கரை இன்னொரு படுக்கையறைக்கு எடுத்து வந்து ப்ளக் பாயிண்டில் சொருகிவிட்டு, அவளது ப்ளூடூத்தை இயக்கினாள். என்னிடம் ஹெட்போனை மாட்டிக்கொள்ளச் சொன்னாள். இருவரும் ஒன்றாக அந்தப்பாடலை ப்ளே செய்தோம். ஒரு நிமிடமென பாடலை நிறுத்திவிட்டு, ஷர்ட் ரிமூவ் பண்ண முடியுமாவென பணிவிடைக்கான முகாந்திரத்தோடு கேட்டாள். பதிலேதும் கூறாமல் ஒவ்வொரு பட்டனாக கழட்டி சட்டையை அவளிடம் நீட்டினேன். படுக்கையறை ஹேங்கரில் தொங்கவிட்டிருப்பதாக திரும்பவந்து சொன்னாள்.

ஓடியிருந்த அந்த ஐந்து நொடிகளை பின்னோக்கி இழுத்துவிட்டுக்கொண்டோம்.

பாடல் முழுமைக்கும் கண்களை மூடிக்கொள்ளச் சொன்னாள். ஆனாலும் என் கண்களை கட்டிவிட்டு படுக்கையறைக்கு அழைத்துச்சென்றாள். நடனத்தின் மூலம் உடலைத் தொடுவதற்கும், உரசுவதற்கும், முன்னேறுவதற்குமான வித்தியாச வகுப்புகளை எடுத்துக்கொண்டிருந்தாள். அவள் மார்புகளிரண்டும் மாறி மாறி என் நெஞ்சைத் தொட்டும் தொடாமலும் உரசிக்கொண்டிருந்தன. எனக்கு அவள் உதடுகளைப் பார்க்கத்தோன்றியது, அதை அவள் உணரா வண்ணம் இடைவெளியை அதிகரித்துத் தொடர்ந்தேன். புருவம் குறுக்குவதை கவனித்தவள் என் கையிலிருந்து அவள் கையை விடுத்து, நெற்றியிலிருந்து வாய் வரைக்கும் அவள் ஐ விரல்களும் படும்படி வருடிக்கொண்டே என் உதடுவரை வந்தாள். மீண்டும் நடனத்தைத் தொடர்ந்தாள். இம்முறை உடலை தன்னோடு

நெருக்கிக்கொண்டாள். முதுகை மேயும் அவள் கையை கவனிக்கவா என்ன தான் செய்யப்போகிறாளென அவள் அசைவை பின் தொடர்வதா? அவள் விரல்கள் என் உடலின் நளினத்தை சோதிப்பதாகப்பட்டது. தொடுகையின் ரிதம் மாறிக்கொண்டேயிருந்தது. என்கவனம் பிசகும் போதெல்லாம் என் கால் பெருவிரலை அவள் பெருவிரலால் தெரிந்தோ தெரியாமலோ படும்படி பார்த்துக் கொள்வாள். அல்லது தெரிந்தே மிதிப்பாள். காமத்தின் தகிப்பில் முதுகின் மொத்த தசைகளையும் அறுத்துப் போட்டுவிடலாமா என்றிருந்தது. பாடல் முடிவதற்கான நொடிகளை கழித்துக்கொண்டே வந்தேன். அச்சமும் அள்ளிப்பருகும் மூர்க்கமும், அவள் உண்டு பண்ணி வைத்திருக்கும் பிரம்மாண்டம் முன்பு வேகமிழந்து போனது. நொடிகளை கழித்து முடித்ததும், கட்டவிழ்த்தும் கண் திறக்காமல் நின்றேன்.

"உன்கிட்ட ஒரு கதை சொல்லனும். அதை சொல்ல முடியுமான்னு செக் பண்ணினேன் சொல்ல முடியும், சொல்லிடுவேன். அட்லீஸ்ட் பஸ் ஸ்டாப்ல உன்னைக்கொண்டு விடப்போகும்போது சொல்லிடுவேன்னு நம்புறேன்." என் முகம் எந்த பாவனைகளுமற்று இருந்தது. ஹெட்போனை அடுத்த மீட்ல தரவா என்றேன். எதுவுமே சொல்லாமல் நகர்ந்தவள் படுக்கையறையிலிருந்து சட்டையை எடுத்துவந்து கொடுத்தாள். "இங்க காபி மட்டும் தான். அதுவும் வித்தவுட் மில்க் தான் உனக்கு ஓக்கே வா" - பதில் எதிர்பார்க்காமல் கிச்சனுக்குள் நின்றுகொண்டு என் முகத்தைப் பார்த்தாள். சரியென்றேன். காபி தயாராகும் வரை கிச்சனில் உள்ள சன்னல் வழியே எதையோ பறிகொடுத்தவள் போல ஒரேயிடத்தில் பார்த்துக்கொண்டு நின்றாள். தண்ணீர் கொதிப்பது தெரிந்து கிச்சனுக்குள் சென்றேன். வியர்வையில் என் முதுகு நனைய காபியை அங்கிருந்தே குடித்து முடித்தோம்.

பைக் சாவியை என்னிடம் கொடுத்து 'கீழே போ' கிளம்பி வரேனென என்னை அனுப்பி வைத்தாள்.

இரண்டு சிலுவைகளும் அதனதன் முழு பிரகாசத்தை எட்டியிருந்தது. வண்டியை நிறுத்தச் சொன்னாள். தோள் பையிலிருந்து எடுத்து ஹெட்போன் பாக்ஸோடு என்னிடம்

நீட்டினாள். வாங்கிய கையோடு அவளிடம் திருப்பி நீட்டினேன். என்ன என்பது போல பார்த்தாள். பஸ் ஏறும்போது வாங்கிக் கொள்கிறேன் என்றேன். பைக்கில் அமர்ந்து கிச்சனில் பார்த்துக்கொண்டு நின்றது போலவே சிலுவைகளை பார்த்துக்கொண்டிருந்தாள். அவள் மனநிலை குலையாமலிருக்க வேண்டினேன் என்றுதான் சொல்லவேண்டும். ஆனால் கதை சொல்வதற்கான எந்த முகாந்திரமும் அவளிடம் வெளிப்படவில்லை.

*

அறைக்கு வந்ததிலிருந்து குழப்பமாகயிருந்தது. உறவின் தொடக்கமாகவும், அவள் தேர்வுக்கான ஏதோ ஒரு கண்ணியில் அறுந்துவிட்டவனாகவும் உணர்ந்தேன். சேகரித்து வைத்திருந்த புகைப்படங்கள் மொத்தத்தையும் டெலிட் செய்தேன். 90 நொடிகளுக்கான ஆடியோ அவளிடமிருந்து வந்தது. கூடவே அடுத்த சந்திப்பிற்கான தேதியும் நேரமும்.

*இது 10 வருஷ பழைய கதை சரியா... அதுனால அனுதாபத்துக்கோ ஆறுதலுக்கோ இங்க வேலையில்ல. ஜஸ்ட் சொல்லனும்னு தோணிச்சி சொல்லிட்டேன். இல்லல்ல சொல்ல ஆரம்பிக்கிறேன்.*

அனுதாபத்திற்கும் ஆறுதலுக்கும் வேலையில்லையென்ற முன்னறிவிப்பை கேட்டதும், அது எப்படிப்பட்ட துயரக்கதையோ அல்லது சாகசக் கதையோ அவளோடே இருந்துவிட்டுப் போகட்டும் கேட்கக்கூடாதென தீர்மானித்துக்கொண்டு நெஞ்சின்மேல் அலைபேசியை வைத்துவிட்டு கண்மூடிப்படுத்திருந்தேன். பிறகு, அவள் அனுப்பிய ஆடியோ பற்றி என்னிடம் பேச வாய்ப்பிருக்கிறதா, நானாகவே சுற்றி வளைத்து ஆறுதலும் அனுதாபமும் இன்றி எதையாவது பேசுவேனென எதிர்பார்ப்பாளா என்று யோசிக்கத் தொடங்கினேன். இந்த எதிர்பார்ப்புகளற்ற காரணங்களை ஒவ்வொன்றாக எனக்குள் அடுக்கி முடித்தபின், எப்படியும் அடுத்த சந்திப்புவரை கேட்கமாட்டாளென உறுதி செய்தபின், அவளைப்பார்க்க கிளம்பிச்செல்லும் வேளையில் கேட்பதென தீர்மானித்துக்கொண்டேன்.

ஆனாலும் என் மூக்கை தொட்டுவிட்டதாகவே பட்டது. கேட்கக்கூடாதென திரும்பத்திரும்ப சொல்லிக்கொண்டேன். ஒருவேளை நான் கேட்கக்கூடாது அல்லது நான் கேட்கமாட்டேன் என்பதே அவளது முடிவாக இருக்குமோ என்றும் ஊடே எட்டிப்பார்த்தது. வீம்பை சோதித்துப்பார்ப்பது, அவளையே முப்பொழுதிற்கும் நினைத்துக் கொள்ளும்படியானது. அவள் நினைப்பில் என்னிடம் சுணங்கிப்போனது எதுவென தினம் இரவு யோசிப்பதும் என் அன்றாடத்தில் எதையும் காவு வாங்கவில்லையென பெருமூச்சிழுப்பதும் குறு புன்னகையோடு வாடிக்கையானது.

ஒரு காகிதத்தில் "நீலவாணி நான் அறையிலிருந்து கிளம்பிட்டேன்" என கைப்பட எழுதி அதை புகைப்படம் எடுத்து அனுப்பிவிட்டு, அவளின் நீலநிற டிக்கிற்காக காத்திருக்காமல் அறையிலிருந்து அவள் வசிக்கும் அப்பார்ட்மெண்டிற்கு கிளம்பினேன்.

அவளின் படுக்கையறையில் கட்டிலின் ஓரம் அமர்ந்தபடி கையில் காபி கோப்பையுடன் செல்ஃபி ஒன்றை அனுப்பி வைத்தாள்.

வால்யூம் மொத்தமும் குறைத்துக்கொண்டு, 90 நொடிகளையும் நகர்த்திக்கொண்டு வரும் அந்த சின்னப்பொட்டினைப் ஆள்காட்டி விரலால் அழுத்தி இடமும் வலமும் இழுத்து இழுத்து விளையாடிக்கொண்டிருந்தேன். வீடு வரை நடந்து செல்லும் பொறுமையற்று ஆட்டோவில் ஏறினேன். அவள் முகத்தில் ஏதோ வித்தியாசம் தெரிந்ததாகத் தோன்றவும் புகைப்படத்தை ஜூம் செய்து பார்த்தேன். கண்களுக்கு லென்ஸ் வைத்திருந்ததை கவனிக்காமல் விட்டிருக்கிறேன்.

பாதுகாப்பு கொக்கியை தளர்த்தி என்னை உள்ளே அனுமதிக்கும்பொழுதே என்னிடம் தாளை நீட்டினாள். கண் தாழ்த்தாமல் அவளைப்பார்த்துக்கொண்டே நீட்டிய தாளை வாங்கினேன். லென்ஸை எடுத்திருந்தாள். எனக்கு அந்த முகம் பதிந்து போனது.

"நான் கூப்பிடும்வரை ஹாலில் அமர்ந்திரு" – என எழுதியிருந்த தாளில் ராக்கெட் செய்வதற்காக பேப்பரை

மடிக்கத் தொடங்கினேன். அவள் படுக்கையறைக்கும், இன்னொரு படுக்கையறைக்கும் நடந்து கொண்டிருந்தாள். ஏனென்று கேட்கத்தோன்றும் பொழுது அவள் படுக்கையறையை சாவிபோட்டுப் பூட்டிவிட்டு புத்தம்புதிய படுக்கையறைக்குள் நுழைந்தாள். வீட்டிற்குள் நிலவிய பேரமைதியை கலைக்கத்தோன்றியது. அவளுக்கொரு மிஸ்ட் கால் கொடுத்து கலைக்கச் சொல்லி மனம் என்னிடம் சொல்லத்தொடங்கியது. ஆனாலும் நான் வேறு வழியை தேடிக்கொண்டிருந்தேன். மொத்த வீட்டையும் நோட்டம் விட்டேன். எங்கும் எதுவும் தொங்கிக் கொண்டிருக்கவில்லை. மூன்றாவது சந்திப்பில் வீட்டின் ஒழுங்கை கவனிக்கிறேன். அந்த ஒழுங்கு அவளைப்போலவே சூன்யமாக இருந்தது. இன்னும் தீவிரமாக குறைந்தபட்சம் இந்த அமைதியை கலைத்துவிடு என்ற கூக்குரல் மட்டும் அடங்குவதாக இல்லை.

ஏதோவொன்று சுவற்றில்மோதி டைல்ஸில் விழும் ஓசை அடங்கவும், உள்ளே வரச்சொன்னாள். தொண்டை வறண்டு போயிருந்தது. கதவினருகே ஒரு நொடி தயங்கி நின்றேன். கிச்சன் மேடையிலிருந்த பாட்டிலை எடுத்து கவிழ்த்தேன். தொண்டையில் நீர் இறங்கும் ஓசை கேட்காமல் குடித்துவிட்டு கதவைத் திறந்தேன்.

க்ரேட் டேன் போல, ராட் வில்லர் போல, ஜெர்மன் ஷெப்பர்ட் போல, உயர் ரக நாய் ஒன்றினை வளர்த்திருக்கக் கூடுமென முதல் சந்திப்பில் நினைத்துக்கொண்ட கூண்டிற்குள் முழு நிர்வாணமாக, கால்களையும், கழுத்தையும் சங்கிலியால் பிணைத்துக்கொண்டு அமர்ந்திருந்தாள்.

அவளே நினைத்தாலும் திறக்க முடியாத தொலைவில் சாவி விழுந்து கிடந்தது. அது பாத்ரூம் கதவில் மோதி விழுந்திருக்கிறது.

அவள் கண்களையும் உலர்ந்த உதட்டையும் தவிர மீதமெல்லாம் நீர்த்தன்மையை அடைந்துகொண்டிருந்தது. சொற்களின் கால்கள் மரத்து ஓரெட்டு எடுத்து வைக்கமுடியாமல் அப்படியே உறைந்து நின்று கொண்டிருந்தேன். அவள் கண்களுக்குள் எண்ணெய் ஊற்றியது போலிருந்தது. உன் பின்னே பாரென என்னை நோக்கி தலைதூக்கிக் காட்டியதில் கதவைத் சாத்திவிட்டு எனக்குப்பின் பார்த்தேன். அங்கே ஒரு

மர ஸ்டூல் அதன் மேல் ஏ3 சைஸை விட கொஞ்சம் சின்ன பேப்பரை இரண்டாக மடித்து வைத்திருந்தாள். அதன்மேல் எரிந்து கொண்டிருக்கும் வெள்ளை மெழுகுவர்த்தி அருகினில் ஒரு டெபிட் கார்ட். மீண்டும் அவளைப்பார்த்தேன். அவள் மீண்டும் தலையை தூக்கினாள். டெபிட் கார்டை பேப்பருக்கு கீழ் வைத்துவிட்டு, வழியத்தயாராக இருந்த மெழுகு என் விரல்களில் சொட்டிவிடாமல் நகர்த்திவிட்டு பேப்பரை எடுத்துப்பிரித்தேன்.

மார்க்கரின் துணையோடு பெரிய பெரிய எழுத்துக்களில் இரண்டு பக்கமும் எழுதியிருந்தாள். படிக்கும் முன் மீண்டும் அவளைப்பார்த்தேன். அவள் மீண்டும் படி என்பது போல இடமிருந்து வலம் தலையைத் தூக்கினாள். ஆரம்பித்தேன்.

சாத்தானின் பால் பற்களோடு சிரிக்கும் உன் கடவுள் தன்மையை எனக்கு தரிசிக்க அனுமதி தந்ததற்கு இந்த நன்றிக்கடன்.

உனக்கு *NO* சொல்ல வராதுன்னு நான் தீர்க்கமா நம்புற அளவுக்கு எனக்கு வாய்ப்பு கொடுத்ததுக்கு *APLAUSE*

என் முன்னாடி முகம் சுழிச்சி, உன் அசூயையை வெளிப்படுத்தி என்னை மோசமான மனநிலைக்கு கொண்டு தள்ளமாட்டன்னு என்னை நானே தட்டிகொடுத்துக்க துணைக்கு வந்ததுக்கு *HUGS*

உடலிச்சைக்கு வெளில உன்னால நின்னு என்னை எதிர்கொள்ள முடியும்ங்ற நம்பிக்கையை எனக்கு நீ தான் கொடுத்த அதற்கு ஒரு *BIG THANKS*

ஒரு நாள் இந்த வீட்ல தங்குறதுல உனக்கு எந்த பிரச்சனையும் வராதுங்றதுக்கான *LEAD* உன்னோட பேச்சு மூலமா எனக்கு கடத்தினதுக்கு நன்றி.

உன்னோட ஏக்கத்திற்கு பின்னாடி, அடைஞ்சே தீரனும்ங்றதுக்கான வெறி இல்லாம இருந்தது. உன் வளர்ப்பிற்கு அல்லது நீ அப்படி வளர்ந்ததுக்கு *HATS OFF*

ரகசியம்னு ஒன்னு இருந்தா அதை யாருகிட்டையாவது சொல்லியே தீரனுமே அப்டிங்ற *URGE* இல்லாம இருந்தது

நீ எதையுமே தொரத்தல. JUST வேடிக்கை மட்டும் பார்க்குற QUALITY. பணமோ பொருளோ காதலோ காமமோ நானோ உன்னையவோ இப்படி எதுவோ அது எல்லாமே.

கொடுக்கப்பட்ட கதாப்பாத்திரத்தில பொருந்திப்போவதற்கான அத்தனை கூறுகளையும் கொண்ட உன் முகத்திற்கு முத்தங்கள்.

நான் உன்னை சோதித்துப் பாக்குறதுக்கான அவசியத்தை வழங்காததற்கு HAND SHAKE

எனக்கான கட்டளைகளை படிக்கத் தொடங்கும் முன், கூண்டிற்குள் பார்த்தேன். நெயில் பாலிஷ் இல்லாத விரல் நகங்கள் கருவிழியில்லாத கண்கள் போல மின்னின. உடல் அதிர்விலிருந்து தப்பிக்க பேண்ட் பாக்கெட்டிலிருந்து மொபைலை எடுத்து அனுதாபத்திற்குப் பின்னுள்ள பகுதியை முதன் முறையாக ப்ளே செய்தேன். ஓ-வென அழ ஆரம்பித்தாள். என் கவனமெல்லாம் பின்னணியில் ஒலித்துக்கொண்டிருந்த ave maria-வின் இலத்தீன் மொழி ஜெபத்தின் மேலிருந்தது.

# நூறாவது நாள்

மழையின் பாரம் தாங்காமல் தலை தொங்கிக் கிடந்த மருதாணி மரத்தின் புகைப்படம் ஐந்தரை மணி வாக்கில் அவளிடமிருந்து வந்ததும் எதிர் வீட்டுக்காரர்கள் ஊருக்குச் செல்வதாக சொன்னது நினைவிற்கு வந்தது. மருதாணியின் பூக்களும் கொத்துக்கொத்தாக தொங்கிய காய்களும் அவளுடைய நடு முதுகின் எலும்பு மொட்டுகளை கண்முன் கொண்டு வந்து நிறுத்தியது. தசைப்பிடிப்பற்ற அந்த நிர்வாணப் புகைப்படத்தை அவளின் அந்தக் காதலை, பேசித் தீர்த்த இரவை ஞாபகமூட்டியதென பதிலாகச் சொல்லுவதற்குள், மொத்த உள்ளங்கையையும் மறைத்தபடி விரலிடுக்கில் வெற்றிலைக் காம்பை இறுக்கிப் பிடித்த புகைப்படத்தை அனுப்பினாள். வெற்றிலை நுனி அவள் மணிக்கட்டில் தனித்துத் தெரியும் பச்சை நரம்பை உரசிக் கொண்டிருந்ததை வட்டமிட்டு சுட்டிக் காட்டி "seducing me" என்று பதில் அனுப்பினேன். மருதாணி மரத்திற்குப் பக்கத்திலேயே நின்றிருந்த ஓரிதழ் சிகப்பு செம்பருத்தியிலிருந்து பறித்த பூவொன்றை வெற்றிலையின் மேல் வைத்து கடைசியென அந்தப் புகைப்படத்தை அனுப்பியிருந்தாள்.

எங்களின் நூறு நாள் காதலில், மாலை வேளையில், சந்திக்கும் பொழுதெல்லாம் ஜங்ஷனை ஒட்டியிருக்கும் மேம்பாலத்திற்கு அடியில் அங்குமிங்கும் உலாவிக் கொண்டு மயிலிறகு விற்பவர்களைப் பார்த்து "உண்மைலையே இவனுக மயில் உதிர்க்குற இறக மட்டுமா எடுத்துட்டு வந்து விக்குறானுக? விஷம் வச்சி கொல்லக்கூட தயங்க மாட்டானுக பொறுக்கிங்க... அப்படியே சுட்டுத் தள்ளணும் ராஸ்கல்ஸ்" அடுத்தபடியாக,

பூ விற்பவர்களைக் கண்டால் "பூ செடியில இருக்கற வரைக்கும்தான் அழகு" என்பாள். அந்தக் கரிசனம் ரசிக்கும்படியாக இருக்கும். அதில் வெளிப்படும் கள்ளச் சிரிப்பிற்காகவே பைக்கை நிறுத்திவிட்டு நடத்திக் கூட்டிச் செல்வேன் அவளைப் பொருத்த வரைக்கும் நெரிசல் காரணம். எனக்கோ அந்தக் கள்ளச் சிரிப்பு.

பூவைப் பறித்த பாவக்கணக்கைக் கேட்டு அவள் மனநிலையை சிதைக்க மனமில்லாமல் "வரவா" என்று கேட்டு வைத்தேன்.

தொன்னூற்றி ஒன்பதாவது நாளை "நூறாவது நாள்" என்றெண்ணி பரிசளித்த டார்ட் போர்ட்-ஐ மாட்டித்தரச் சொல்லி முதல் மாடியில் இருக்கும் ஒற்றை அறைக்கு ஒன்பதரை மணியிலிருந்து பத்து மணிக்குள் வரச் சொல்லியிருந்தாள். வரும்பொழுது டார்ட் போர்டை சரியான முறையில் அளந்து மாட்டுவதற்கு மூன்று மீட்டர் நீளம் உள்ள டேப்- கூடவே சுவற்றில் இறங்கும் அளவிற்கு வலுவான ஒரு ஆணியும் வாங்கி வரச் சொல்லியிருந்தாள்.

போன் துண்டிக்கப்பட்டதும் இது "நமது பன்னிரெண்டாவது ரகசிய சந்திப்பு" என்ற ஆங்கிலத் தகவலோடு மூடிய உள்ளங்கையைப் புகைப்படம் எடுத்து அனுப்பி வைத்தாள். உள்ளங்கைக்குள் பொருந்திப் போகும் பரிசுப்பொருள் என்னவாக இருக்குமென்ற யூகம், இன்னும் மூன்று மணி நேரத்திற்கு எப்படித் தாங்கும்? அவளின் பிடிவாதத்தை நன்கறிவேன். ஆன்லைன் தளங்கள் ஒன்றுவிடாமல் தேடி தோற்றுவிட்டதாக என்னை நானே ஒத்துக்கொள்ளும் பொழுது ஏழரை மணி ஆகியிருந்தது. மீதமிருக்கும் ஒன்றரை மணி நேரத்தை என்ன செய்வதெனத் தெரியாமல், அவள் அனுப்பிய புகைப்படங்களைத் தனியாகச் சேகரித்து வைக்கும் ஃபோல்டர்-க்கு சென்று முதலில் அனுப்பிய மூன்று புகைப்படங்களையும் கூர்ந்து கவனித்துக் கொண்டிருந்தேன். அவளின் ரேகைகள், விரல்களில் குறுக்கே ஓடும் கோடுகள், வெற்றிலை நரம்புகள், செம்பருத்தியின் மஞ்சள்நிற மகரந்த மொட்டுகள், இவையெல்லாமே அவளின் உடல்போல பாவனை கொண்டிருந்தன. அவள் செய்கைகள் ஒன்று கூடி சரம் பிடித்து என் மூளையை சுத்துப் போட்டன. உடலும் மனமும் உள்ளிருந்து சுரக்கும் சுனையை, சுழல்

ஆக்கின. நான் தணலில் தூக்கிப்போட்ட காகிதம் போல பற்றியெறியத் தொடங்கினேன்.

காற்றாடும் பனியனும், அதே போலொரு ஷார்ட்ஸ்-ம் அணிந்திருந்தாள். பிளாஸ்டிக் பாய் மேலே இரண்டு போர்வைகள் விரிக்கப்பட்டிருந்தது. குளிருக்குப் போர்த்திக் கொள்ள மீதமிருந்த இன்னொரு போர்வையை மடித்து தலைப்பகுதியில் வைத்திருந்தாள். அந்த தற்காலிக மெத்தைக்கும் அவளுக்கும் தொடர்பில்லாத உடல் மொழியில் சம்மணமிட்டு, மடியில் தலையணை வைத்து பாய்க்கு வெளியே அமர்ந்திருந்தாள். தலையணையில் முழங்கையை அழுந்த ஊன்றி புத்தகம் வாசித்துக் கொண்டிருந்தாள். வழியெங்கும் உடல் நனைக்காத சாரல். வாசலில் நான் வந்து நிற்பது தெரிந்தும் தலை தூக்காமல் வாசித்துக் கொண்டிருந்தாள். அவள் மடியில் விழும் என் நிழல் கொண்டு அவள் கவனத்தை என் பக்கம் திருப்ப முயற்சித்துக்கொண்டே நின்றேன். அடுத்த பக்கத்தை புரட்டிப் பார்த்ததில், இடப்பக்க ஆரம்பத்திலேயே அத்தியாயம் முடிவது தெரிந்ததும், நிழல் அசைத்து விளையாடாமல் அவள் தரிசனத்திற்காக காத்து நின்றேன்.

குமிழ்கள் காற்றில் உடையும்போது உணரும் ஈரத்தன்மையை விழிகள் கண்டிருந்தது. அதன் சூடு ஆவியாகி மேகம் கருக்கொண்டிருந்தது. அதன் ரகசிய உடைவுகளை என் முகம் பாரக்காமேலே இவ்வளவு நேரத்திற்குள் உணர்ந்திருப்பாள். தெரியும். உடல் காட்டிக் கொடுக்கும் வாசனை, அவள் வாசிப்பை குலைக்கும். அந்த நொடிக்காக என் திமிரின் எல்லா திறவுகளையும், அடவாகக் திரட்டி நின்றேன். அத்தியாயத்தின் கடைசி பக்கத்தை திருப்பாமலே மூடி வைத்தாள்.

"ஒன்பதரை மணியில இருந்து பத்து மணிக்குள்ள வா அப்டினு சொன்னா, ஒன்பதரை மணிக்கே வரணும்னு அவசியமில்ல பத்து மணிக்கும் வரலாம். இன்னும் ரெண்டு பத்தி இருக்கு. அத வாசிக்க விடாம பண்ணிட்டான்." உதட்டைக் குவித்து காற்றில் சத்தமாக முத்தமிட்டேன்.

தூக்கிவிடச் சொல்லி என்னை நோக்கி கை நீட்டினாள். கண் போகும் பாகம் அறிந்து வெடுக்கென உள்ளிழுத்துக் கொண்டாள். காமம் தீண்டாத அவள் உடல் சுரக்கும் வெட்கம்

என் அடிநாவில் நிரம்பி, உடையும் தருவாயில் இருந்தது. தொண்டைக்குழி எலும்பு ஏறி இறங்குவதைக் கண்டதும், இமை தாழ்ந்து. உதடு உலர்ந்து காட்டிக் கொடுத்தது. கதவைத் தாழிட வேண்டாம் என்றாள். அவள் பின்னந்தலை ஸ்விட்ச்சில் பட்டு, எரிந்து கொண்டிருந்த ட்யூப் லைட் அணைந்தது. என் விலா எலும்பில் அவளின் பெருவிரலால் அழுத்தம் கொடுத்தாள் கூச்சத்தில் அவள் மீது செலுத்தியிருந்த எடை விடுபடவும் உந்தித் தள்ளிவிட்டு, விளக்கை எரியவிட்டாள். இருளில் மழை நின்றாடுவதை அதன் ஓசையை வைத்துப் புரிந்து கொள்ள முடிந்தது. கைப்பிடிச் சுவற்றிலிருந்த கற்றாழைச் செடியின் முட்கள் தாங்கி நின்ற மழைப் பொட்டுகள் நொடிப்பொழுதிற்கு காணாமல் போகும் அவளின் கருவிழியற்ற கண்களாகி விளக்கின் வெளிச்சத்தில் எங்களைப் பார்த்துக் கொண்டிருந்தன. உடலின் வாசனை நிறம் மாறிக் கொண்டிருந்தது. தேக வாசனையும், அடி நாவில் சுரக்கும் எச்சில் வாசனையும் அக்குள் வாசனையும் வேறு வேறான அர்த்தமாகியது.

அவள் சாசனங்கள் என்னவாக இருக்கிறதோ அப்படியே நடந்து கொள்ளத் தொடங்கினேன். ஆனால் அதற்கு சொற்கள் அவசியமற்று இருந்தது. பூமியும் நாங்களும் வியர்த்திருந்தோம். அவள் வியர்வை பூப்பதை விரும்பினாள். காதோரம் வழிந்தோடிய பிசுபிசுப்பைத் துடைக்க விடாமல் தடுத்தாள். சன்னல் கம்பியோரம் உரசி நின்ற மூங்கில் கிளை பார்த்ததும் எல்லாவற்றிலிருந்தும் விடுபட்ட லஜ்ஜை அவள் முகத்தில் வெளிப்பட்டது. அவளின் அந்த துண்டிப்பு எனக்கும் கடத்தப்பட்டது. என் குதிகால் தரையில் அழுத்தம் கொண்டிருப்பதை உணர்ந்தேன்.

சன்னல் மேலிருந்த மூங்கில் குடுவையிலிருந்து எழுது பொருட்களோடு கிடந்த கத்தரியை எடுத்துக் கொடுத்து “லெமன் க்ராஸ்” இரண்டு இலைகளைக் கத்தரித்து வரச் சொல்லி அனுப்பினாள். குடை வேண்டாத உடல் சூடு. தகிப்பின் மோனநிலை. நனைந்தபடி விரலில் கீறல் விழாமல் ஒவ்வொன்றாக ஐந்து இலைகளை வெட்டி, அவள் பரிமாற வைத்திருக்கும் பாத்திரத்தில் வைத்தேன்.

அட்டைப் பெட்டியிலிருந்து டார்ட் போர்டை வெளியே எடுத்து, பின்னட்டைக் குறிப்புகளைச் சொல்லி, சுவரின்

கிழக்குப் பகுதியில் ஆணி அடிக்கச் சொன்னாள். டார்ட் போர்டோடு வந்த மூன்று ஸ்டீல் டிப்-ல் ஒன்றை எடுத்து கீறல் விழாதவாறு என் முதுகில் முதலில் எழுத ஆரம்பித்தவள் பிறகு வரையத் தொடங்கினாள். நான் உயரம் அளக்கும் பாவனையிலேயே நின்றிருந்தேன். மழை ஈரமும் அவள் உஷ்ணம் கடத்திய வியர்வை பிசுபிசுப்பும், அவள் சிந்தனையிலிருந்து வெளியேறி என் முதுகில் கோடுகளாகப் பார்க்க முடிவதாகச் சொன்னாள். நான் கூச்சம் பொறுத்துக் கொண்டேன். அவள் கண்மூடும் வேளையில் அழுத்தம் கூடியதை என் உடலசைவுகள் காட்டிக் கொடுக்கவும், கண் திறந்ததாகச் சொன்னாள்.

எங்கள் ரகசியங்களும், வேட்கையும் இமையின் உள்த்தசையில் படிந்திருந்தது. ஒவ்வொருமுறை இமை வெட்டும்போதும், அவை எங்கள் கண்களை வந்தடைந்தன. ஒரே நேரத்தில் கண்கள் பார்த்துக் கொள்வதைத் தவிர்த்தோம். அது நேரம் கடத்துவதற்கான உத்தியாகப்பட்டது. என் விரல் இடுக்குகளில் அகப்பட்ட கூந்தல் கற்றைகள் சாவிகளாகி, எல்லா கண்களையும் பூட்டின. நாங்கள் முந்திக் கொண்டோம்.

மழையின் இரைச்சல் கதவைத் தாழிட அனுமதிக்கவில்லை. எங்களின் கொண்டாட்ட மனநிலைக்கும், மழையின் கொண்டாட்ட மனநிலைக்கும் ஒரு லட்சம் வித்தியாசங்கள் இருந்தன. எங்கள் சஞ்சலமும், மழையின் நிதானமும் எட்டாத தூரத்தில் இருந்தது

கணப்பொழுதில் அவள் உடல் திருப்பி சுவற்றைப் பார்த்து நிற்க வைத்து திமிற விடாமல் தோள்களை அழுத்திப் பிடித்தேன். கூந்தல் ஒதுக்கி பின்னங்கழுத்து வியர்வைத்துளியை மேனி தொடாமல் நுனி நாக்கில் ருசி பார்க்க நெருங்கும்போது மின்னல் ஒளிர்ந்து அறை இருளுக்குள் புகுந்தது. உன் மூச்சுக்காற்றின் சூட்டில் அவை ஆவியாகிவிடும் என்றாள். அறைக்குள் நுழைந்ததிலிருந்து அப்போதுதான் வாய்விட்டு சிரித்துக் கொண்டோம்.

விரிப்பில் உடல் கிடத்தும் முன் என் ஈர உடை களைந்துவிட்டு டவலைக் கட்டிக் கொண்டேன். சங்குப் பூவின் நிறமொத்த பூ வேலைப்பாடுகள் நிறைந்த கண்ணாடி பாட்டிலிலிருந்து

சுருட்டி வைத்திருந்த கருப்பு ரிப்பன் எடுத்து என் கண் நோக்கி வந்தாள். கை தாங்கி நின்ற தலையை விடுவித்து விட்டத்தைப் பார்த்துப் படுத்தேன். நான் தலை தூக்கிக் கொடுக்க, என் இடை மேல் இருபக்கம் கால் போட்டு அமர்ந்து கண் கட்டினாள்.

இந்த உறவை எங்கிருந்து தொடங்கினோம் என்று கண்டறியமுடியாமல் இருவரும் தோற்றுப் போனதாக ஒத்துக் கொண்ட, பதிவு செய்யப்பட்ட உரையாடல் மூளைக்குள் கேட்கத் தொடங்கியது. இருவரும் ஒருவரையொருவர் அனுமதிக்க எடுத்துக்கொண்ட கால அளவு வித்தியாசப்படுவதாகப் பொய் சொல்லிக் கொண்டோம். பிறகு ஒரே நேரத்தில் நிகழ்ந்துவிட்டதாக நம்பவைத்துக் கொண்டோம். மெழுகுவர்த்தியை பற்ற வைத்தது நாசியை வந்தடைந்தது.

தொடையில் படர்ந்து கிடக்கும் நரம்புகளிலிருந்து அதன் நிறம் பிரித்து, காது மடலின் பின் பக்கத்தில் கழுத்திற்கு மேலே இருவரின் பெயரின் முதல் எழுத்தை பச்சை குத்துவதாக முடிவெடுத்துக் கொண்ட அந்த இரவை ஞாபகப்படுத்தி, இப்போதும் அதே மனநிலையில் இருக்கிறாயா என்று என்னிடம் உறுதிப்படுத்திக் கொண்டாள். ரிப்பன் இருட்டைத் தாண்டி, மெழுகின் வெளிச்சம் தெரிந்தது.

மூடி வைத்திருந்த உள்ளங்கைக்குள் இருந்தது எதுவென்றேன்.
– அது, நீ உடலதிர்ந்து பின் சிரித்து அடங்குவதற்கு எடுத்துக் கொள்ளும் நிமிடங்களுக்குப் பிறகு ஒவ்வொன்றாய் தெரியத் தொடங்கும் என்றாள்.

அவளை கவிழ்ந்து படுக்கச் சொல்லி முட்டியை மடித்து இரு கால்கள் இணைத்து பாதப் பள்ளங்களில் நிறைத்து விளையாட முதன்முறை அனுமதித்த அன்று, தரையில் கால் வைக்க முடியாமல் அவஸ்தைப்பட்டதை சொல்லிச் சொல்லி நரம்பின் நிறங்களைத் திரித்துக் கொண்டிருந்தாள். கடிபடாத ஆப்பிளும் அதைச் சீண்டத் தயாராக மேலிருந்து கீழிறங்குவது போன்று இருக்கும் பாம்பு தலையும் உள்ள புகைப்படமே அவளது லேப்டாப் வால்பேப்பர். உருகும் மெழுகைக் கொண்டு, திறந்திருந்த என் மார்புக் கண்களை மூடினாள். அடி வயிற்றில் தெறித்த சொட்டுகளை ஒப்பிட்டு எது நீ; எது நான் கண்டுபிடி

என்றாள். உறைந்திருந்த மெழுகுப் பொருக்குகளை நகக்கண் கொண்டு அவள் உடல் திறந்தாள். என் மார்பின் கருவறை அவளால் திறக்கப்படும்போது அவளைக் கேட்காமலே கண் கட்டவிழ்த்தேன். அவளது வலது உள்ளங்கை மூடியிருந்தது. இடது உள்ளங்கையில் "லெமன் க்ராஸ்" இலைகளை வைத்திருந்தாள். அதை தேநீர் அருந்துவதற்கு வெட்டி வரச் சொல்லவில்லை என்பது புரிந்தது. அது அவள் தேகத்தில் நிகழ்த்தப்போகும் கூச்சங்களை யோசித்தேன்.

அறுவடைக்கால வயலின் நிறம் அவளது உடல். மெழுகின் வெளிச்சத்தில் கடல்மேல் கிடத்திய அந்திச் சூரியன்போல மேனி மின்னியது. மூட்டு அழுந்தாமல் இருக்க அதற்கு தலையணை கொடுத்துவிட்டு, இரு கைகளையும் ஊன்றி 360 டிகிரியில் நான் வலம் வர ஏதுவாக நின்றவள், பொத்தி வைத்திருந்த கைக்குள்ளிருந்து பொதிந்து வைத்திருந்த தாயக்கட்டையை விரிப்பில் உருட்டி விட்டாள். "கழுத்து" என்று ஆங்கிலத்தில் விழுந்தது. மூடியிருந்த கைக்குள் மிச்சம் என்ன இருக்கும் என்பதை யூகித்து அமைதி காத்தேன். முன் பக்கம் ஒதுக்கிப் போட்டிருந்த கூந்தலை இன்னும் கொஞ்சம் ஒதுக்கிப் பிடித்து, "அதுல ஒன்ன எடுத்து முனை பக்கத்த கைல பிடிச்சி என் கழுத்துல இருந்து டிராவல் பண்ணு" என்றாள். கண்களால் காண முடியாத கூர் பற்கள் அவள் தேகம் கீறி முன்னேறுவதை விரல்களில் உணர முடிந்தது. எனக்கு பார்வை அவசியமற்றுப் போனது. அதன் கூர் தன்மையை சோதித்துப் பாக்க அவகாசம் கேளாத கட்டளை. இரத்தம் கன்றிப் போகும் கோடுகள் அவள் முதுகை அலங்கரித்தன. கண் திறவாமலே கண்டுகொண்டிருந்தேன். விசும்பலுக்கான ஒத்திகை தரையெங்கும் பரல்களாக ஓடிக் கொண்டிருந்தது. நனைய விரும்பினேன். ஆனால் மழை நின்றால் என்ன? என்றிருந்தது. நிறுத்தச் சொன்னாள். கண் திறக்காமல் நிறுத்தினேன்.

எட்டிச் சென்றுவிட்ட தாயக்கட்டையை எடுத்து மறுபடி உருட்டினாள். "தொடை" விழுந்தது. முதுகைத் தரையில் கிடத்திய வேகத்தில் மேலெழும்பினாள். அவள் உடல் எருக்கம் பூக்களின் நிறமாகித் திரும்பியது. உடலின் ஆறு பாகங்கள் தாங்கிய அந்த தாயக்கட்டையின் விளையாட்டு ஒழுங்கைக்

குலைத்தாள். கோடுகளின் போக்கை வலி தாங்கும் உடல் தீர்மானித்தது. அடிப்பக்கம் துவாரங்கள் நிறைந்த வாளியில் பெயிண்ட் நிரப்பி, கயிறு கட்டி அந்தரத்தில் அலையவிடும் போது அது தீட்டிப்போகும் தீற்றல்கள் போல 'லெமன் க்ராஸ்' சென்ற இடமெல்லாம் இரத்தம் கன்றி நின்றது. தடித்த அந்தக் கோடுகளைத் தடவித் தடவி ப்ரைலியாக்கி சொற்கள் இல்லாத மொழி ஒன்றை உருவாக்கினோம். இனி எப்போதும் மீட்டுருவாக்கம் செய்ய விரும்பாத அந்த மொழியை, அவள் அலைபேசியில் புகைப்படம் எடுக்கச் சொன்னாள். எடுத்ததை பார்க்காதே என்றாள். நான் ஒளிந்துகொள்ள இடமற்று என் உதடுகளை ஈரப்படுத்திக் கொண்டேன்.

சிவந்து தேங்கி நின்ற கண்களை அவள் மூடவும் இரு பக்கமும் கண்ணீர் வழிந்தோடத் தொடங்கியது. என் கழுத்து நரம்பில் இலையின் வீரியத்தை சோதித்துப் பார்த்தேன். அவள் கையிலிருந்து இன்னொரு தாயக்கட்டையை உருட்டி விட்டாள். "முத்தம்" விழுந்தது. உடலெங்கும் படர்ந்து கிடக்கும் நான் வரைந்த அவளின் தாபக் கோடுகளில் எச்சல் படர முத்தமிட்டேன். உடலின் வெப்பமும், வலியின் உப்பும் அவள் முனகலுக்கு வேறொரு அர்த்தம் கற்பித்தது என் காமத்தின் கண்ணீருக்கு ஆயுள் பெருகிக் கொண்டே போனது. அங்கிருந்து எனது கண்ணீரின் சொட்டுகளால் முத்தமிடத் தொடங்கினேன். அதற்காகவே காத்திருந்தவள் போல புன்னகைத்தாள். அவள் சிரிப்பின் ரகசியச் சாவி என்னிடமிருக்கும் கர்வத்தில் தொலைந்து இன்னும் இன்னும் அவள் மேனியில், ஒவ்வொரு நெல் மணிகளாக விழத் தொடங்கியது. கன்னக் கதுப்பில் தேங்கி சொட்டுச் சொட்டாக விழும்படி பார்த்துக்கொண்டேன். என் கண்ணீரே கர்வமானது. எனக்கு அவளின் கண்களைப் பார்க்கத் தோன்றியது. அழைத்தேன். கண் திறக்காமலே மீதமிருந்த மூன்றாவது தாயக்கட்டையை உருட்டினாள். "Women on top" விழுந்தது.

கதவை ஓங்கி அறையும் வல்லமை கொண்ட காற்றின் சிறு துண்டு, நாங்கள் இடம் மாறும்பொழுது அறைக்குள் உலவி வெளியேறியது. முதுகின் முள் எலும்புகளை மூடிப் போன தசையைத் தடவிக் கொடுத்தேன். முன்னும் பின்னும், குறுக்கும் மறுக்குமாக ஓடும் கோடுகளில் பெயரின் முதல் எழுத்தைக்

ரமேஷ் ரக்சன் 71

கண்டுபிடிக்க முயற்சித்துக் கொண்டிருந்தேன். எனை விழுங்கியபடி அவள் உடலை பின்னோக்கி மலர்த்தி மின்னல் கீற்றுகளின் நெளிவுகள் நிமிர்த்தி முலைக்காம்புகளில் முனைந்தாள். கையூன்றி நின்ற என் தொடையிலிருந்து நரம்புகளின் நிறங்களைப் பிரித்தெடுத்து காது மடலின் பின் பக்கத்தில் நகம் வருடினாள். "உன் கூட செக்ஸ் வச்சிக்றது ஒரு பொண்ணு கூட செக்ஸ் வச்சிக்ற மாதிரி இருக்குனு முன்ன ஒரு தடவ சொன்னியே" வேகமாக என் வாயைப் பொத்தினாள். அவள் கண்களின் கருவிழிகளில் பூ விழுந்தது. அவள் மூச்சுக்காற்றின் வெப்பம் பூவை எரிக்க, மதகு உடையும்வரை உலகின் கடைசி முத்தத்தை பருகிக் கொண்டிருந்தாள்.

இறங்கிப் படுத்து, "இவ்வளவு submissive-ஆ எல்லாம் இருக்காதடா எனக்கு என்ன நெனச்சி பயமா இருக்கு." என்றாள்.

நான் உலகின் முதல் முத்தத்தை இட்டேன்.

# Fevikwik-ல் ஒட்டிக்கொள்ளும் ஐந்து மீன்கள்

கல்யாணம் ஆன, முதல் நாளில் இருந்தே வருணனுக்கு ஒரு பழக்கம் இருந்தது.

முதலிரவு அறைக்குச் செல்லும் முன்பாக 'நல்லவேளை குளிக்கச் சொன்னார்கள்' என்று மனதிற்குள் அவ்வளவு சந்தோசப்பட்டான். பின்பு ஒவ்வொரு நாள் மாலையும் அலுவலகம் முடிந்து கிளம்பும் முன், "ரெஸ்ட் ரூம்" சென்றுதான் திரும்புவான். இரவு மனைவி அனுமதிக்கிறாளோ இல்லையோ முன்னேற்பாட்டோடு செல்வான்.

அவன் மனைவியின் உடல் ஒத்திசைவுகள் வைத்து அவளிடம், தான் திருப்தியாக நடந்து கொண்டோம் என்று உறுதியாக நம்பும் அதே வேளையில் அதை கலைக்கும் விதமாக ஒருவிதமான பிடிமானமற்றும் இருந்தான். இருந்தும்கூட, அதுவே அவனுக்கு அவ்வப்போது ஆறுதலாகவும் இருந்தது. அவன் தாம்பத்திய வாழ்வில் கர்வப்பட்டுக் கொள்வதற்கான ஆயுதமாக துணை இருந்தது என்னவோ அன்றாடம் அலுவலகத்தில் நிகழ்த்தும் சுயமைதுனம்தான்.

\*\*\*

சைதாப்பேட்டை சாலையோடு இணைவதற்கு தி.நகரில் இருந்து மேலேறுகையில் வலப்பக்கம் சிக்னலையொட்டி இருக்கும் ஆனால் நெடுங்காலமாக பயன்பாட்டிற்கு வராத, பில்லர் மட்டும் எழுப்பி கான்கரீட் தளம் போட்டு, செங்கற்கட்டு இல்லாமல் அத்தோடு கிடப்பில் கிடக்கும் அந்தக் கட்டிடத்தை செவ்வந்தி தேர்ந்தெடுத்து சொன்னதும், எல்லாம் முடிந்து

கிளம்பும்போது தன்னை கொலை ஏதும் செய்துவிடுவாளோ என்று முதலில் பயந்தான். அந்த பயம் அவனை முன்னேறவும் வைத்தது.

பெண் வெளிக்காட்ட மறுக்கும் பயத்திற்கும் ஆண் வெளிக்காட்ட மறுக்கும் பயத்திற்கும் உள்ள வேறுபாட்டை நன்றாகவே செவ்வந்தி அறிந்து வைத்திருந்தாள். அது அவளுக்கு ஒரு விளையாட்டு. ஆண்படுகிற அவஸ்தையிலிருந்து அவ்வப்போது தான் ஒரு 'சைக்கோ' என்ற நினைப்பிலிருந்து வெளியேறிக்கொள்ள கிடைத்த வாய்ப்பு.

படுக்கையில் கிடக்கும் ஆண், சாவின் பக்கத்தில் நின்றுகொண்டு நினைத்துப் பார்ப்பது எல்லாம், காமம் வடிந்தோடிய வாழ்வில் கடந்து வந்த பெண்களை என்று தீர்க்கமாக நம்பினாள். செவ்வந்திக்கு இப்படியாக, வாழ்நாளில் முடிந்த அளவிற்கு தன்னால் தேர்ந்தெடுக்கப்படும் ஆண்களுக்கு நினைவுகளை விதைத்துவிட வேண்டும் என்பதை தீர்மானம் போல எடுத்துக்கொண்டாள். நிறைவேறா காமத்தை உண்டு பண்ண இந்த உலகம் இருக்கிறது. நம் பங்கிற்கு போதா காமத்தை பரிசளிப்போம் என்று விரும்பினாள்.

அவள் வாழ்நாள் என்று கருதுவது. தன்னுடைய ஏதோ ஓர் இரட்டை வயதிற்குள் ஆடும் ஆட்டம் முடிந்துவிடும்; முடிந்து விட வாய்ப்பு அதிகம். 23; 25; 27; இதைத் தாண்டக் கூடாது. இந்த வயதுக்கணக்கு அவள் சமாதானம் செய்துகொண்டு எடுத்துக் கொண்ட நியாயம். மூன்று ஒற்றை வயதில் ஏதாவது ஒன்றில் தனக்கு திட்டமிட்டபடி திருமணம் நடக்கும் என்று நம்பினாள். அது அப்பாவிற்கு செய்யும் சிறிய கைமாறு. ஒருவேளை அதற்குள் இறந்துவிட்டால்? பதிலை யோசிக்க விரும்பாதிருந்தாள்.

செவ்வந்திக்குதன்னுடையகூடல்துணையைதேர்ந்தெடுப்பதில் ஒரு கணக்கு இருந்தது.

1 . நிச்சயிக்கப்பட்ட ஆண்கள்.

2 . திருமணமான புதிதில் இருக்கும் ஆண்கள்.

செவ்வந்தியின் ஆரம்பகால கூடலின் மனநிலையில் இப்படியான முன்னேற்பாடுகளோ தேர்வுகளோ இல்லை.

அச்சுறுத்தல் இருக்காதென்ற உள்ளுணர்வு. அவனோடு நிகழ்த்திப்பார்க்கத் தோன்றுகிற மனநிலை. அவ்வளவே.

ஐசக்கோடு நிகழ்த்திய உரையாடலின் வழியே, அவன் அடைந்த குற்ற உணர்ச்சிக்கும், மரணபயத்தை ஒட்டிய அனுபவத்தின் பின்னிருக்கும் போதைக்கும்; இவளை வந்து சேருவதற்கான இடைவெளியில் அவன் எப்படியெல்லாம் யோசித்து நகர்த்தினான் என்பதை வெளிப்படையாக இருவரும் பேசி, சின்னஞ்சிறிய தற்காலிக உறவை முறித்துக்கொண்ட பிறகே செவ்வந்தி அவளுள் மாற்றத்தை எதிர் கொண்டாள். அது ஒரு தன்னுள்ளான பைத்தியத்தைப் போல துரத்தியது. தேவையா ஆர்வமா என்கிற குழப்பமே நெடுநாள் செவ்வந்தியை படுத்தி எடுத்தது. முதலில் அதை நம்புவதற்கும் யோசனையாக இருந்தது. ஐசக் சார்பாக தானே அவனின் மரணபயத்தை யோசித்து ரசிப்பது என்பது, காதலின் பிரிவில் ஆறுதல் பட்டுக் கொள்வது போலான மெட்டீரியலாகப் பட்டது. ஆனால் அதன் ஆயுள் சலிப்பூட்டுவதாக இருந்தது. திரும்பத் திரும்ப அதையே நினைத்து வெறுமையாதலின் அதிர்வை அறிந்திருந்தாள்.

தொட்டாச்சிணுங்கி இலையை தொடுவதும், பின்பு இலை விரிவது வரை காத்திருந்து மறுபடி தொடுவதும், மைக்ரோ ஷாட்டில் எடுத்து விளையாடிக் கொண்டிருந்த வீடியோவைப் திரும்பத் திரும்ப பார்த்தபடி யோசித்துக் கொண்டிருக்கையில்,

ஒரு ஆண் இன்னொரு ஆணிடம் தன் மனைவியுடனான அந்தரங்கத்தில் தான் படும் அவஸ்தை அல்லது எதிர்கொள்ள முடியாமலும், சொல்லாமலும் தவிக்கிற அவஸ்தை. கிண்டலோ, கேலியோ இல்லாத மிகத்தீவிரமான உரையாடல். அவளுடைய அலைபேசியை வந்தடைந்திருந்தது. அங்கிருந்துதான் செவ்வந்தி தன் போக்கினை மாற்றி, புதிய தரிசனம் நோக்கி நகரத் தொடங்கினாள்.

செவ்வந்தி சிறுதுரும்பு என்றாலும், இரு கேள்விகள் வைத்திருக்கிறாளோ இல்லையோ, இரு பதில்களோடு எதிர்கொள்வாள்.

ஐசக்கோடு உரையாடியதன் மூலம் எழுந்த கேள்விக்கும், அலைபேசிவழி வந்த பதிவு செய்யப்பட்ட இரு ஆண்களின்

உரையாடல் மூலம் எழுந்த கேள்விக்கும் தீனி போடும்படி வருணன் பொருந்திப் போயிருந்தான்.

***

பகிரக்கூடாத ரகசியம்:

இருவருமே தன்பால் ஈர்ப்பு கொண்டவர்கள் அல்ல. ஆனால் வாய்ப்புக் கிடைக்கும் போதெல்லாம், ஒழுக்கத்திற்கு இழுக்கு வராத, ஆரோக்கியத்திற்கு பங்கம் வராத ஆண் என்றால் அனுமதிப்பவர்கள். தங்களுக்குள் எதையும் நிகழ்த்திக் கொள்ள மாட்டார்கள். வாய்வழி உறவை மட்டும் அனுமதிப்பார்கள். குறி உண்ணக் கொடுப்பவர்கள்.

***

*Conversation:* செக்ஸ் வச்சிக்க ஆரம்பிச்ச முதல் நாள்ல இருந்தே பயங்கர ஈடுபாட்டோடதான் மச்சான் இருந்தா: முதல் ரவுண்ட் முடியறதுக்குள்ள செம கம்பெனினு மனசுக்குள்ள சொல்லிக்கிட்டேன்.

வாஷ் பண்ணிட்டு வந்து பேசிட்டே படுத்திருந்தோம்.

நெஞ்சுமுடிய பிடிச்சி விளையாடிக்கிட்டே கைல இருந்து அக்குளுக்கு கீழ கொஞ்சம் இறங்கி படுத்தவ; எனக்கு கண் இருட்டின மாதிரி இருக்கேன்னு கண் மூடிருந்தேன். அவ கீழ போனதுக்கான அசைவ என்னால உணரவே முடியல. கிஸ் பண்ணிட்டு ‘பண்ணவா’ அப்பிடின்னா. எனக்கு பேசவே வரல. பின்னந்தலைய பிடிச்சேன். ரெண்டாவது ரவுண்ட் செமையா போச்சுது. அதோட தூங்கிட்டோம்.

மறுவீட்டுக்கு போய்ட்டு, அவ அம்மா வீட்ல தங்கினோம்டா அங்க தான் வினையே ஆரம்பிச்சது.

அவ அம்மா வீடு குடுத்த தைரியமா தெரியல, கைல வச்சி விளையாட ஆரம்பிச்சா பாரு. என் கையா அவ கையான்னே தெரியல டா. என்னால கட்டுப்படுத்தவே முடியல.

அவ வாய் சூட்டுக்கு எவ்ளோ நேரம் வேணும்னாலும் தாங்குது. ஆனா அவ கைக்கு சுத்தமா முடியல. குற்றவுணர்ச்சியாவே ஆக்கிடுச்சி.

சரி, எங்க வீட்டுக்கு வந்ததும் அந்த comfort அவளுக்கு போயிடும்னு நெனச்சேன். ஆனா அவ அப்படியே பழகிட்டா.

சும்மா வீட்ல நடமாடும்போது அவ உள்ளங்கை பார்த்தாலே என்ன பதட்டமாக்கிடுது. சும்மா கொஞ்சுற மாதிரி அவ உள்ளங்கைய தடவி பார்த்துட்டேன்.

கையாவது ஒக்கே டா. ஆனா அந்த ரிதம்! ஒக்காலஓழி ஹனிமூன் போறதுக்குள்ள எப்பிடியாவது உன் கைக்கு எல்லாம் தாங்கமாட்டேன்னு சொல்லிடனும். இல்லன்னா அவளுக்கு பெரிய ஏமாற்றம் ஆகிடும். நான் அப்படியே செத்துடுவேன். அவ முகத்த என்னால அப்றம் பார்க்க முடியாது.

*End*

*

செவ்வந்தி இரண்டு வருடமாக கார் ஷோ-ரூமில் வேலை பார்க்கிறாள். அவளுக்கு நியமிக்கப்பட்ட வேலை ஷோ ரூம் சார்ந்த விஷயங்கள், கார்கள் குறித்த புதுப்புது தகவல்களை, பிரபலங்கள் சொன்ன ஏதோ ஓர் வரியை சமூக வலைதளங்களில் ஷோ ரூமிற்க்கு என்றிருக்கும் தனித்த பக்கத்தில் டிசைன் செய்து போட்டு பிரமோட் செய்வதாகும். ஷோ ரூமிற்கு வரக்கூடிய கார் குறித்த மேகசீன்ஸ் முழுவதும் வாசித்து விடுவாள். அது அவள் உரையாடலுக்கான வழி. சர்வீஸ் முடிந்த கார்களை எடுக்க வரும் கார் உரிமையாளர்களிடம் பேச்சுக் கொடுப்பாள். அலட்சிய முகபாவனை கொண்டிருப்பாள். பேசிப்பார்க்கலாம் என்று தோன்றுபவர்களுக்கு தன்னுடைய சொந்த பயன்பாட்டிற்கு வைத்திருக்கும் அலைபேசி எண்ணை கொடுப்பாள். அந்த எண்ணில் வாட்சப் பயன்பாடு கிடையாது.

ஷோ ரூமிற்கு வருபவர்களை தன் விளையாட்டில் சேர்த்துக் கொள்ளக்கூடாது என்ற கொள்கை செவ்வந்திக்கு இருந்தது. பெரிதாக காரணம் ஒன்றும் இல்லை. திரும்பத் திரும்ப வந்து நிற்கக் கூடாது. அவர்கள் பிரச்சனையை உருவாக்கக் கூடாது என்பதில் கவனமாக இருந்தாள். வீட்டிலிருந்து வேலைக்கு வருவதால் இந்த முடிவு. செவ்வந்தியைப் பற்றி சொல்வதென்றால், அவளுக்கு எல்லாமே வேடிக்கை. எல்லாமே செய்தி. அவளுடைய அதிகபட்ச எதிர்வினை “ஓ” அதற்கு மேல் ‘உச்’ கொட்டக்கூட வராது.

டெக்ஸ்ட் மெசேஜ் நேர விரயம். அதையும் மீறி பேச முனைபவனை 'டிக்' செய்து கொள்வாள். பாதியில் துண்டாக்கி அனுப்புவதும் உண்டு. செவ்வந்தியைப் பொறுத்த வரைக்கும் அவர்களாக பாதியில் ஒதுங்கிச் செல்லக் கூடாது என்பதில் கவனமாக இருப்பாள். எதிர்முனை விலகிச் செல்வதன் மூலம் இருவருக்குமான ரகசியம் என்பது குற்றமாக பார்க்கப்படும் அபாயம் இருப்பதாக நம்பினாள். தன்னோடு இருந்ததை தன் நண்பர்களிடம் சொல்லி அடைந்துகொள்ளும் கிளர்ச்சியை விரும்பினாளே தவிர, யாரிடமாவது தன்னைப்பற்றி ஏதோ ஒரு பிம்பத்தை கட்டமைத்து, கை காட்டிவிடுவதை விரும்பவில்லை. அவளின் தேர்வும் அப்படி இருந்தது. ஆண் தனக்கே தனக்கென்று தக்கவைத்துக்கொள்ள விரும்பும் அந்த ரகசிய கேவலே அவளின் மூலதனம்.

இந்த முடிவானது 'கார் ஷோ ரூமில் வேலை செய்கிற பெண்' என்ற அடையாளம் கிடைத்த பின்னர் எடுத்தது. அதற்கு முன்பு, அப்படியான சிக்கல்கள் இல்லை. இந்த நிதானத்தை மிகவும் விரும்பினாள். இதில் எடுத்துக் கொள்ளும் காலம் கூடுதல் என்றாலும் அவளுக்குப் பிடித்திருந்தது.

வருணன் மரியாதையின் பிதாமகன். அழைப்பை எடுக்க இயலாது என்பதை குறுஞ்செய்தி அனுப்பியிருந்தான். இப்போது அழைக்கலாமா என்று மறுபடியும் கேட்கவும், வேண்டுமென்றே இப்போது பேச முடியாது என்று பதிலளித்துவிட்டு, தான் யார் எதற்காக அழைத்தோம் என்று மெசேஜில் கூறவும், வருணனுக்கு எல்லாம் பிடிபட்டிருந்தது.

ஒருவாரத்திற்குப் பிறகு வருவதாக சொல்லிவிட்டு கார் ஷோ ரூமில் இருந்து வெளியேறி பத்து நாட்கள் ஆகியிருந்தது. கல்யாணத்திற்கு இரண்டு வாரம் பாக்கியிருந்த நாளில், சீதனமாக தருவதாக சொன்ன கார். பேச்சு அளவில்தான் இருந்தது. பேச்சில் பட்ஜெட் தொகை அடிபட்டதால், நிச்சயம் செய்யப்பட்ட பெண்ணிற்குகூட தெரியாமல் ஷோ ரூமிற்கு வந்து காரை பார்த்துவிட்டு சென்றிருந்தான்.

அடுத்த வாரம் திருமணம் இருப்பதாகவும் இன்னும் இருபது நாட்கள் கழித்து நானே தொடர்பு கொள்கிறேன் என்றும் பதில் அனுப்பினான். வழக்கமான பொது வாழ்த்தாக இல்லாமல்,

மிச்சமிருக்கும் 4 bachelor இரவுகளை வாழ்த்தினாள். செவ்வந்தி அடைப்புக்குறிக்குள் இட்டுச் சொன்ன 'இரவு' அவனுக்கு எரிச்சலை உண்டு பண்ணியிருந்தது. அவன் தனிப்பட்ட வாழ்க்கையில் தலையிடுவது போல கோபப்பட்டான். உள்ளுக்குள் எங்கோ அந்த இரவை ரசிக்கவும் செய்தான். இவனிடம் இப்போது உரையாடி உறவை வளர்க்க முடியாது என்ற நிலை வந்ததும், தேவைப்படுவானா இல்லையா என்பதை மட்டும் தெரிந்து கொள்ள நினைத்து "love marriage" என்றாள். Arranged என்று பதில் அனுப்பினான்.

தனது அடுத்தகுறி வருணன் தான் என்று முடிவு செய்தவள், தன்னுடைய காண்டாக்ட் லிஸ்டில் அவனுக்கு புதிதாக பெயர் சூட்டினாள். - துரை

செவ்வந்திக்கு இரவு தூங்க வெகு நேரம் பிடித்தது. தனக்கென வகுத்திருக்கும் கொள்கைகள் யாவும், தகர்த்து சோதித்துப்பார்க்க சரியான தீனியாக இருப்பான் என்று நம்பினாள். 'துரை' குறித்து எந்த வித பயமும் இல்லாமல் இருந்தது. அன்றைய இரவே தன்னுடைய வாட்சப் எண்ணில் இருந்து ஏதாவது செய்தி அனுப்பலாம் என்றும் தோன்றியது. இது மிக மிக வேகமென கட்டுப்படுத்திக் கொண்டாள். ஆனால் ஏதாவது சொல்லாமல் தூங்கக் கூடாது என்றும் உள்ளுக்குள் தோன்றியபடியே இருந்தது.

"ஜோடிகள் இரண்டும் பேசிக்கொண்டு தான் இருக்கும்; 3 more nights left. good night" என்று செய்தி அனுப்பினாள்.

நிச்சயயிக்கப்பட்ட 92 நாட்களுக்குள் இருவரும், அலைபேசியின் வழியாக இன்பம் காண பழகியிருந்தனர். வீடியோ காலில் பேசிக் கொண்டிருக்கும் போதே செவ்வந்தி அனுப்பிய டெக்ஸ்ட் மெசேஜ் திரையின் மேலே வந்து சென்றது; படித்துவிட்டான். இருவருமே நிர்வாணம் பழகவில்லை. வருணனுக்கு வலது கை அசையும். அந்தப்பெண்ணுக்கு இடது கை அசையும். நின்றதும், முத்தங்களோடு தூங்கச் சென்று விடுவார்கள்.

வருணன், சில நிமிடங்கள் தூக்கத்திற்கு துணைக்கிருக்கும் களைப்போடு படுத்திருந்தான். செவ்வந்தியோடு பேசியதை பார்த்துக் கொண்டிருந்தான். இது டெக்ஸ்ட் மெசேஜ் என்பதால்

விழித்திருக்கிறேனா தூங்கிவிட்டேனா என்பது அவளுக்கு தெரியப்போவதில்லை என்பதால் தன் துணை பற்றிய யோசனை எதுவுமின்றி பதில் சொல்ல எத்தனித்து, ஆனால் என்ன பதில் சொல்வது? வெறுமனே இனிய இரவு என்று மட்டும் அனுப்பினால்? யோசித்துக் கொண்டே, அதுவரை ஆங்கிலத்தில் போய்க்கொண்டிருந்த உரையாடலை தமிழுக்கு மாற்றினான்.

“என்னோட இரவுகள் மேல அப்படி என்ன உங்களுக்கு கரிசனம்?”

செவ்வந்தி பதில் சொல்ல விரும்பாத கேள்வி. அதே வேளையில் அவளிடம் சொல்வதற்கு 3 பதில்கள் இருந்தன.

1. *Sorry, just teasing*
2. மிச்சமிருக்கிற இந்த மூணு ராத்திரிக்குள்ள உங்கள கரெக்ட் பண்ணிடலாம்னு முடிவு பண்ணிருக்கேன்.
3. நாலு நாள்ல கல்யாணத்த வச்சிக்கிட்டு இன்னொரு பொண்ணுகிட்ட எந்த அளவு தடுமாறுறீங்கனு தெரிஞ்சிக்கலாம்னு தோணிச்சி.

செவ்வந்தி மூன்றாவது பதிலைச் சொன்னாள்.

கண்களில் இருந்த கொஞ்ச தூக்கமும் கலைந்து போயிருந்தது. அதிக நேரம் எடுத்துக் கொள்ளாமல் வீம்பிற்காகவாவது ஏடாகூடமாக பதில் சொல்லிவிட வேண்டும் என்று யோசித்துக் கொண்டிருந்தான். பின்விளைவுகள் பற்றியே எப்போதும் யோசிக்கும் இரத்தத்தோடு ஒன்றிய ‘பயம்’, செவ்வந்திக்கு பதில் சொல்ல வேண்டி அவனிடமிருந்து விடுபட்டிருந்தது.

“நீங்க சொல்றது சரிதான். ரீஷப்சன்ல போட்டிருக்கீங்களே சில்வர் கிரே கலர் சோபா, அதுல உங்கள கிடத்தி ‘பண்ண’ தோணிச்சி” பதிலாக அனுப்பினான்.

அவ்வளவு எளிதில் இதை முடித்துவிடக் கூடாது என்று விரும்பினாள். இன்னும் துரை பற்றி தெரிந்துகொள்ள விரும்பினாள். அவனை தெரிந்துகொள்ள என்னவெல்லாம் வழி இருக்கிறது என்பதை ஆராயத் தொடங்கினாள். சீண்டி சீண்டி நீண்ட நாட்கள் காக்க வைக்க வேண்டும் என்று விரும்பினாள். துரை-க்கு தன்னுடனான முந்தையவர்கள்

போலில்லாமல் கூடுதலாக அவனுக்கு குற்றவுணர்ச்சியையும் பரிசளிக்க விரும்பினாள். உருவத்திற்கும், ஷோ ரூமில் பேசியதற்கும், அவன் உடல் மொழிக்கும், இப்போது நடந்து கொண்டதற்கும் உள்ள வித்தியாசம் பிடிபட்டது.

அவனுக்குள்ளே இப்படி ஒரு குரல் இருப்பது அவனுக்கே தெரிந்திருக்குமா? இதை கொண்டுவந்தது தான்தான் என்று சொல்லி பெருமை பட்டுக்கொள்வது போல காட்டி துரையை எரிச்சல் அடைய செய்யலாமா? துரையின் பலவீனம் செவந்திக்கு தேவைப்பட்டது. பொய்யின் வழியே உண்மை ஒன்று கிடைக்கும் என்று நம்பினாள். அவள் போட்ட அஸ்திரம் உறுதியாகத்தான் இருக்கிறது. பங்கம் விளைவிக்க கூடியவன் இல்லை. இருந்தும் எதிர் பதில் கொஞ்சம் பின்வாங்க வைத்தது. திருப்பி பதில் சொல்ல வேண்டும் ஆனால் அவனிடமிருந்து பதில் வாராதவாறு சொல்ல வேண்டும். முற்றாக முறிந்து விடாமல் திருமணத்திற்குப் பின் விட்டுப்போன இடத்திலிருந்து தொடங்கும்படியும் இருக்க வேண்டும்.

அவனின் தன்மான சுரண்டல் மீது அலாதி பிரியம் எட்டிப் பார்த்தது. யோசித்துப் பார்த்தால் எல்லாரையும் இதே போலவே கையாண்டிருக்கிறோம் என்கிற யோசனையோடு இந்த யுக்தியை துரையிடம் மாற்றிக் கொள்ள வேண்டுமென முடிவெடுத்தாள்.

“முதலிரவுல சோஃபா செட்ட நெனச்சிட்டு எக்குதப்பா ஏதும் பண்ணிட போறீங்க. ஹனிமூன் முடிச்சிட்டு வந்து கதை சொல்லுங்க. குட் நைட்”

வருணனுக்கு முன்பின் பேசிப் பழக்கம் இல்லை. நேரடியாக அறிமுகம் ஆகும் முதல் பெண் செவ்வந்தி. அதும் எடுத்த எடுப்பில் எப்படி எல்லாம் பேசிவிட்டோம் என்ற குழப்ப மனநிலையோடு தூங்கிப்போனான்.

அவனுக்கு உருவத்தை விட செவ்வந்தியின் பெயர் திரும்பத் திரும்ப மனதில் ஊசலாடிக் கொண்டிருந்தது, அவன் விரும்பியும் விரும்பாமலும் அலுவலக வேலையைத் தொடர்ந்தான். ‘என்ன இன்னைக்கு இத்தன தடவை’ என்று கேட்கும் அளவிற்கு தன் வருங்கால மனைவிக்கு அழைத்து பேசிக் கொண்டிருந்தான். புதிதாக ஏதோ ஒன்றை நம்ப விரும்பினான். யார் மூலமாவது

வந்து சேர வேண்டும். நான் நம்புகிறேன் என்று சொல்ல வேண்டும். அதன் வழியே புத்துணர்ச்சியாக விடுமுறை நாட்களை தொடர முடியும் என்று தோன்றியது.

அன்றைய நாள் முடிந்து விட்டால் போதும். மறுநாளில் இருந்து 15 நாள் கல்யாண விடுப்பு.

*

துரையின் இது வரையிலான வாழ்வில் செவ்வந்தி உச்சபட்ச சாகசம். செவ்வந்தியோடு உரையாடிய அந்த இரவுக்கு முன்புவரை, அவன் வகுத்திருந்த எல்லை; அதை மீறி தன் வருங்கால மனைவியோடு நிகழ்த்திய உரையாடல்களே சாகசமாகவும் வரம்பு மீறியதாகவும் இருந்தது. திருமண விடுப்பு முடிந்து அலுவலகம் திரும்பியிருக்கிறான். அலுவலகம் வந்தது முதலே செவ்வந்தியுடனான உரையாடலையே நினைத்துக் கொண்டிருந்தான். அவனுக்கு எதுவும் சொல்ல வராது என்பது தெரியும். இருந்தும் ஹனிமூன் சென்ற இடத்தில் பார்த்த அதே சில்வர் கிரே சோபா செட்டை சொல்ல வேண்டும் என்று நினைத்தான். துரையை பொறுத்தவரை அதுவே உரையாடலுக்கான திறப்பு. தன் மனைவியோடு கூடிய அனுபவத்தின் பொருட்டு செவ்வந்தியோடு உரையாட இன்னும் பிடிவாதமாக இருந்தான். இருந்தும் சபல மனநிலையை கையாள விரும்பவில்லை. முடிந்த அளவு கட்டுப்பாட்டோடு இருக்க விரும்பினான். கூடவே அவளிடமிருந்து குறுஞ்செய்தி வந்துவிடாதா என்றும் எதிர் பார்த்துக் கொண்டிருந்தான்.

செவ்வந்தியிடம், இவன் திரும்ப வந்து பேசுவதற்கு ஒரு மாத காலம் பிடிக்கும் என்ற கணக்கு இருந்தது. அவ்வளவு நாள் எல்லாம் காத்திருக்க விரும்பாமல் “மார்க்கெட்டிங் கால்” எனச் சொல்லி அழைத்துப் பார்க்கவிரும்பிய எண்ணத்தை கை விட்டுவிட்டு, முன்னமே கண்டுபிடித்து வைத்திருந்த வருணனின் பேஸ்புக் ஐடியில், ஜோடிகளின் புகைப்படத்தை பார்த்திருந்தாலும், “நாங்க எல்லாம் பொண்ண பார்க்க கூடாதா” என்று செய்தி அனுப்பினாள். ரீஷப்சனில் பார்த்த சில்வர் கிரே சோபாவை செவ்வந்திக்கு பதிலாக சொன்னான். ‘அப்போ ஹால்ல இருந்த எல்லாரையும் வெளில போக சொல்லிட்டிங்களா இல்ல அப்படியேவா’ என்று கண்ணடிக்கும் ஸ்மைலியுடன் நேரடியாக

கேட்கவும், வாட்சப் நம்பர் கொடுங்க அனுப்புறேன் என்று பதில் சொன்னான் துரை.

*Hyenas* தெரியுமா? அதோட பெண் இனத்திற்கும் ஆண்குறி இருக்கும். ஆனா அதுகளால உறவு கொள்ள முடியாது. அது ஒரு போலி ஆண்குறி. நீ சொல்ற 'சில்வர் கிரே' அப்படித்தான் இருக்கு. அழைப்பைத் துண்டித்துவிட தோன்றிய யோசனையை கைவிட்டு, 'குட்டிபோட வைக்க முடியும்' என்றான் வருணன். இப்படி ஏட்டிக்குப் போட்டி பேசிவிடும் குணாதிசயம், துரை பற்றிய செவ்வந்தியின் வரையறையில் இல்லை இரண்டு விதமாக கையாள வேண்டும் என்று முடிவெடுத்தாள். 'காண்டம் எல்லாம் தயக்கம் இல்லாம கடைல கேட்டு வாங்க பழகியாச்சா? ஐந்து வருட அனுபவம் என்றான். அணுக்கமான உரையாடலுக்கு வழிவகுக்காது என்பதை உணர்ந்து வாடிக்கையாளர் வந்திருப்பதாக சொல்லி அழைப்பை துண்டித்தாள்.

இருவருக்குமான முன்முடிவுகள் தோற்றுப்போக தோற்றுப்போக அவரவர் பற்றிய யோசனையும் ஏதோ ஓர் வகையில் பழி தீர்த்துக் கொள்ள துடிக்கும் தற்காலிக கோபமும் நிரந்தர தலை சூடும் தொந்தரவாகவே இருந்தது.

செவ்வந்தி இறங்கிப்போனாள். ஒருநாள் கழித்து காலை அலுவலகம் வந்ததும் எடுத்துக் கொண்ட செல்பியை வாட்சப்பில் அனுப்பினாள். தன் டேபிளுக்கு கீழே இருந்த பைக்குகள் குறித்த மேகஸீன்களை கைக்கெட்டும் தூரத்தில் கண்ணில் அடிக்கடி படுமாறு வைத்துக் கொண்டாள். துரைக்கு பதில் சொல்ல யோசனையாக இருந்தது. வாட்சப்பில் பேசி பழகினால் அடிக்கடி ஆன்லைன் வர நேரிடும். வேலைக்குச் செல்லும் மனைவிதான் என்றாலும் ஒருவேளை நம்மை கண்காணிக்கும் பழக்கம் இருந்தால் என்ன செய்வது? கல்யாணத்திற்கு முன் இப்படி நடந்தது இல்லை என்பதைவிட இப்படி யோசிக்க வைக்க யாரும் இல்லை என்பதே உண்மை.

மேகஸீன்களில் உள்ள பைக் மாடல்களைப் பார்த்து, அதை கூகுளில் இருந்து தரவிறக்கம் செய்து, துரைக்கு அனுப்பிக் கொண்டிருந்தாள். துரையின் கேள்விக்கு, ஓனருக்கு பைக் ஷோரூம் கூட இருக்கு என்றாள். அவனால் அதற்குமேல் அவளை கேள்வி கேட்டு மடக்க இயலவில்லை. செவ்வந்தி

விடுப்பு எடுக்கும் நாளில் ஷோ ரூம்-க்கு வந்து தன் மனைவியோடு கார் பார்ப்பதாக அவளிடமே சொன்னான். அவள் வாராவாரம் எடுக்கும் வியாழக்கிழமை விடுப்பை மாற்றி செவ்வாய் தோறும் வரமாட்டேன் என்று கோபமாக வெளிப்படுத்தினாள். செவ்வந்தியை சுரண்டி விட்டதாக நம்பி அன்றே வந்து பார்க்கிறேன் என்றான் துரை.

வருணன் தன் மனைவியோடு ஷோ ரூமிற்க்குள் நுழையும்போது செவ்வந்தி சிரித்த முகத்தோடு வரவேற்றாள். இருவரையும் அவர்கள் கவனிக்காதவாறு ஒரு புகைப்படம் எடுத்து, துரைக்கு அனுப்பி வைத்தாள். அவனின் போலிப் புன்னகையை காணச் சகியாமல் உள்பக்கம் சென்றுவிட்டாள் செவ்வந்தி. கார் அறிமுகம் முடிந்து அவர்கள் இருவரும் வெளியேறும் வரை துரையின் கண்ணில் படாமல் நகர்ந்து கொண்டாள். கார் மாடல் குறித்து கூறுபவனும் முதல்முறை வருணனுக்கு சொல்வது போலவே சொல்லிச் சென்றான்.

நீ ஒரு பொருட்டல்ல என்பதை உணர்த்த மனைவியோடு ஷோ ரூமிற்க்கு வருகை வந்து காட்டிவிட்டதாக வருணன் நம்பிக்கொண்டிருக்க, துரையும் தெரிந்து வைத்திருக்கும் வாய்ப்பு இருக்க கூடிய காபி ஷாப் பெயரை சொல்லி அங்கே பார்க்கலாமா என்று வாட்சப் செய்திருந்தாள். அலுவலகம் வந்து சேர்ந்ததும் மனைவிக்கு பதில் சொல்லும் முன்னரே செவ்வந்திக்கு பதில் அனுப்பினான்.

செவ்வந்திக்கு தான் என்னவாக அவனுக்குத் தெரிய வேண்டும் என்ற யோசனை இருந்தது. வெறுமனே தான் ஒரு வாயாடி என்ற அளவில் நிறுத்திக் கொள்ளலாமா, இல்லை பார்த்தவுடனே பிடித்து விட்டதாகவும் கிரஷ் லிஸ்டில் வைத்திருப்பதாகவும் காட்டிக் கொள்ளலாமா என்ற யோசனை இருந்தது.

துரை, எதிரெதிரே அமர்ந்து பேசுவதற்கும், குறுஞ்செய்தியில் மல்லுக்கட்டுவதற்கும் உள்ள வித்தியாசத்தை உணர்ந்தவளாக, மெனுவில் பிரெஷ் ஜூஸ் பக்கம் பார்த்துக் கொண்டிருந்தாள். தற்காலிகமாக இருக்கட்டுமென இவனொரு டெக்ஸ்டிங் guy என்று முடிவெடுத்தாள். என்ன ஜூஸ் என்றான். "தண்ணி பாம்பு" என்றாள். அதன் உள்அர்த்தம் புரியாதவனாக, உரிமை எடுத்துக்கொள்ள பயன்படுத்தும் முதல் சொல்லாக "லூசு" என்றான்.

அவன் எந்த அளவிற்க்கு branding என்று தெரிந்து கொள்ள விரும்பினாள். 'Selected multi brand' ஆள் என்பது தெரிந்ததும், இவனை கையாள்வதில் இருக்கும் சிக்கல்கள் குறித்தும் / அலட்சியப்படுத்துவதன் மூலம் அடையப்போகும் கயமைத்தனம் குறித்தும், ஆனால் செயல்படுத்தாமல் புழுங்கி சாகும் மனோநிலை குறித்தும் யோசிக்கத் தொடங்கினாள். தன்னை என்னவாக அலுவலகத்தில் காட்டிக் கொள்வான் என்பதையும் யூகிக்கத் தொடங்கினாள். பெரிதாக இவனோடு உரையாட முடியாது என்று நம்பினாள். பொதுவாக ஒத்துப் போகும் கருத்தை இவனோடு உருவாக்க முடியாது என்றும் தோன்றியது. முரணில் முந்திக் கொண்டு நிற்கும் இவனின் தர்க்கம் என்ன செய்யும் என்பதையும் நன்கு அறிந்திருந்தாள். துரை ஏதாவது ஒன்றைப்பற்றி; அதிலிருந்து கிளை கிளையாக அடுத்த சந்திப்பு வரை யோசித்து / ஏங்கி கிடக்க வேண்டும் என்று விரும்பினாள்.

எனக்கு மேலுதட்டை கிஸ் பண்றதுக்கு பிடிக்கும். மீசை இல்லாத உங்க முகம் பாக்குறப்போ தோணிச்சி. அடுத்து பார்க்கும் போது மீசையோட வாங்க. யமஹா ஃபேசினோ ஆக்சிலேட்டரை திருகினாள்.

வருணன் அப்பாவால் வளர்க்கப்பட்ட அம்மாபிள்ளை. அவனுக்குள் வந்துபோன நினைவுகளை கட்டுப்படுத்திக் கொண்டு, மீசை வளர்த்துப் பார்க்கச் சொன்ன தன் மனைவியின் ஆசைக்கு ஒத்திசைந்து போகலாம் என்று முடிவெடுத்தான். தினந்தோறும் காலை எழுந்ததும், முகத்தில் ஒரு முடி இல்லாமல் ஷேவ் செய்யும் பழக்கம் கொண்டவன். மீசையை விட்டு வைத்ததைப் பார்த்து சிரித்தாள். அதை மனைவியிடம் உனக்காக என்றான்.

இதோடு எத்தனையாவது முறை என்று தெரியாது. கழுதைப்புலி குட்டி ஈனுவதை பார்த்துக் கொண்டிருந்தான். மறுநாள் வியாழக்கிழமை. துரையும் செவ்வந்தியும் சந்தித்து இரண்டு வாரம் தாண்டியிருந்தது. துரை அனுப்பிய சம்பிரதாய ஹாய் மெசேஜ்-க்கு, தனக்கொரு surprise வேண்டுமென்றாள். துரையின் மனநிலையோடு பொருந்திப்போகவும் தன் அடர்ந்த மீசையை அனுப்பினான். "அடுத்த சந்திப்பு எப்பன்னு கேட்பன்னு நெனச்சேன் என்றாள். அனுப்பிய புகைப்படத்தை

ரமேஷ் ரக்சன் 85

வேகமாக அழித்தான். ஸ்க்ரீன் ஷாட்டாக எடுத்துக் கொண்ட அவனது புகைப்படைத்தை திருப்பி அனுப்பினாள். தன்னுள் மிக வேகமாக குடியேறிக்கொண்ட விளக்க முடியாத வன்மம் செவ்வந்தி அனுப்பிய புகைப்படம் பார்த்து இன்னும் கூடியது. அவனுக்கு அவளை எப்படி பழி வாங்க வேண்டும் என்பதும் தெரியாமல் இருந்தது. கூடுதலாக அலுவலகம் தாண்டி நேரம் ஒதுக்குவதிலும் சிக்கல் இருந்தது. இருந்தும் இடம் மட்டும் அப்புறம் முடிவு செய்வோம் என்று பார்ப்பதற்கு சம்மதித்தான்.

“திடுக்” ஒன்றை பரிசளிக்க விரும்பி ஒரு ரிங் கொடுத்து வீடியோ கால் அழைப்பை துண்டித்துக் கொண்டாள் செவ்வந்தி. கையில் ஏந்திக் கொள்ளாமல் சாப்பாட்டு மேசையின் மீது, தன் இடப்பக்கம் வைத்து அலைபேசியை நோண்டிக் கொண்டிருந்ததால் துரை தப்பித்துக்கொண்டான்.

*Fuck U*

*U! Hyena*

அவள் விரும்பியோ விரும்பாமலோ அதீத உரிமை எடுத்துக் கொள்ள விரும்பினான். அவளை தொட்டுப்பேச விரும்பினான் தொடுதலின் பின்னும் உணரக் கூடிய அழுத்தம் வழியே அவளை முகம்சுழிக்க வைக்க முடியும் என்று நம்பினான். இரண்டாவது சந்திப்பிற்கு தன்னுடைய பைக்கை விடுத்து செவ்வந்தியின் பைக்கை தேர்ந்தெடுத்தான். அவளையே இயக்கச் சொன்னான். பேசிவைத்து கிளம்பும்போது அதே டீ ஷாப் என்று சொல்லிவிட்டு, பாதி வழியிலேயே படத்திற்கு டிக்கெட் இருப்பதாக தெரிவித்தான். சிக்னல் தாண்டினால் தியேட்டர் செல்லும் சாலை. வலப்பக்கம் திரும்பினால் முந்தைய சந்திப்பிற்கான இடம். கண நேரத்திற்குள் அவன் நடந்து கொண்டது வியர்வையைத் தாண்டி அறுவருப்பை உண்டு பண்ணியது. தப்பிக்கும் விதமாக படத்திற்கு சம்மதித்தாள். துரையின் சில்மிஷம் தாண்டி தியேட்டரின் குளிர்ச்சி ஆசுவாசமாக இருக்குமென்று அமைதியானாள். அந்த இருட்டில் அவன் முகத்தைப் பார்க்க வேண்டிய அவசியம் இருக்காது. அதுவே பிரதான தேவையாக இருந்தது.

செவ்வந்தி விரும்பியது போலவே தியேட்டரில் நடந்து கொண்டான். செவ்வந்தி அணிந்திருந்தது சைடு கட் சுடிதார்;

பைக்கில் காற்றை கிழிக்கும் வேகத்தில், இரு தொடைகளுக்கு நடுவே விழுந்து கிடந்தது டாப். துரை தொடையில் கை வைத்திருப்பது நேரடியாகவே தொடையைத் தொட்டதாகப் பட்டது. எதுவும் சொல்லாமல், எதிர்ப்பு தெரிவிக்காமல் விட்டதை நினைத்துக்கொண்டே பின்னிருக்கையில் அமர்ந்தாள். துரை கையில் சாவியைத் திணித்தது உள்ளூர குரூர மகிழ்ச்சியை உண்டு பண்ணியிருந்தது. அவனது பைக் எடுப்பதற்கு தோதான இடம் வந்ததும் பைக்கை வாங்கிக்கொண்டு வீட்டிற்குப் பறந்தாள் செவ்வந்தி.

அவன் தொடுதலையும் விரல் நடுக்கத்தையும் தாண்டி உள்ளங்கை வியர்வையை துணிச்சலுக்கும் பயத்திற்கும் நடுவே இருக்கும் ஏதோ ஒன்றெனெ குறித்துக் கொண்டாள். அதை பயம் என்று நம்புவதன் மூலம் அடுத்தகட்ட நகர்விற்கு எளிதாக அவனை கொண்டுசெல்ல முடியும் என்று தோன்றியது. ஆனாலும் இது தனக்கு நேர்ந்த சிறிய சறுக்கலாக கருதினாள். அவனது வாய் அலைபேசியில் மட்டும் நீளும் என்பதை மறுபரிசீலனை செய்ய வேண்டியதிருந்தது. இதை தோல்வி என்று சொல்லவோ, தோல்வியை ஒப்புக்கொள்ளவோ மனம் இடம் கொடுக்காதிருந்தது. அவனை அசைத்துப்பார்க்க யோசிக்கும் அளவிற்கு தன்னை தயார்படுத்திக் கொள்ள வேண்டும் என்று உறுதி எடுத்துக் கொண்டாள். இந்தக் காமத்திற்கு இருபக்க கூர்.

அதிக முன்யோசனைகள்தேவைப்படாத இந்த விளையாட்டில், துரை திட்டமிடுதலை வேண்டி நிற்கிறான். இது ஒரு வகையில் தோல்விதான். இல்லையில்லை முன்னெச்சரிக்கை ; சாதுர்ய நகர்வு.

“என் தொடை மட்டும் ஒரு பழமாக இருந்திருந்தா தியேட்டர் போறதுக்கு முன்னாடியே ஜூஸ் ஆகிருக்கும். U bloody hyena? என்னை நெனச்சிக்கிட்டே உன் பொண்டாட்டிய பண்ணு” செவ்வந்தி அனுப்பிய செய்தியை காலையில் கழிப்பறையில் இருக்கும்போதுதான் பார்த்தான். காமத்தின் ஊற்று சுரக்காமல் இருந்தது. வலுக்கட்டாயமாக வேண்டா வெறுப்பாக சிரத்தையெடுத்து தன்னை தயார் செய்தான். திரவத்தை செவ்வந்தியின் முகத்தில் பூசிக்கொள்ளச் சொல்லி

புகைப்படத்தோடு அனுப்பி வைத்துவிட்டு அன்றாடத்தை நோக்கி நகர்ந்தான்.

எது நிஜம் எது போலி என்ற முடிவிற்கு வந்து விட்டால் போதும். இடத்தை தேர்வு செய்துவிடலாம். துரையின் இரு முகங்களும் இரண்டு எல்லைவரை சென்று திரும்புகிறது. துரைக்கு தன்னுடல் பழி தீர்க்கும் ஒரு கூடமாக, சாம்பிரதாயமாக அமைந்துவிடக் கூடாது. அவன் ஆறுதல் பட்டுக் கொள்ளக் கூடாது. அந்த ஆணை கொன்று செறிப்பதே முறை. எது நிஜம்? எது போலி? அலுவலகம் வந்ததிலிருந்து இதே யோசனை. இரண்டில் ஒன்றைத் தாண்டி வேறெதிலும் புதிதாய் அவன் முடைளைவிடப் போவதில்லை. செவ்வந்தியின் ரகசிய அந்தி சிவந்துகொண்டே போனது. காலைமுதல் இருவரும் பேசிக் கொள்ளவில்லை. இதுவரையிலான ஊடலை முடிவுக்கு கொண்டுவர விரும்பினாள். துரை அனுப்பிய புகைப்படத்தை பார்த்த மாத்திரமே அளித்திருந்தாள்.

அவன் இப்படி நடந்து கொண்டதன் வழியே தன்னை சீண்டுகிறானா அல்லது நீ ஒரு பொறுதிடில்லை என்பதை தெரிவிக்கிறானா? இரண்டும் இல்லாமல் தன்னை தற்காத்துக்கொள்ளும் ஆயுதமாக இப்படி நடந்து கொள்கிறானா? அப்படியெனில், தேனிலவு முடிந்து வந்ததும் அனுப்பிய சோஃபா செட் புகைப்படம்? அவன் காமத்தில் தன்னை நிலைநிறுத்திக் கொண்டாதற்கான வெற்றிக் களிப்பா? அதன் பொருட்டே இன்னொரு தாவலா? முன்னும் பின்னுமாக தடுமாறிக் கொண்டே இருந்தாள். இந்த இரவை அவன் கடத்திவிட்டால், நிச்சயம் இதிலிருந்து வெளியேறிவிடும் சாத்தியங்கள் அதிகமென செவ்வந்திக்குப் பட்டது.

நெடுநாள் தன் கண்ணில் உறுத்திக்கொண்டே இருந்த, இன்னும் கட்டிட வேலை முடியாத அந்த கட்டிடம் முன் வண்டியை நிறுத்தினாள். வண்டிகள் அதிகம் கடக்காத நேரம் அது. துருவேறிய தகரக் கதவின் இடுக்கு வழியே நாய்கள் செல்வதை கவனித்திருக்கிறாள். சாலையை கடந்து எதிர் பக்கம் சென்று ஒரு புகைப்படம் எடுத்துக் கொண்டு. லொகேஷன் அனுப்பி வைத்தாள். "*3rd meeting spot*" என்பதைத் தாண்டி புகைப்படத்தினோடு எந்த பீடிகையும் இல்லை.

நேரம் ஆக ஆக அவனின் காத்திருப்பு சரணடையும் பதத்திற்கு சென்றிருந்தது. புகைப்படம் அனுப்பிய மறுநிமிடமே பார்த்திருந்தான். அந்த தவிப்பு மனநிலை அவ்வளவு வேகமாக அவனிடமிருந்து வெளியேறியிருந்தது. அவளாகவே இறங்கி வந்தது, இன்னும் அவனை வீரியமாக்கியது. ஆனால் அதை எதிர்கொள்ளத் தெரியாமல் இருந்தான். வருணனிடம் மொழியே இல்லாமல் போயிருந்தது. கண்ணெடுக்காமல் பார்த்துக் கொடிருந்தான். அவள் அனுப்பிய புகைப்படத்திற்கு முந்தைய புகைப்படம் காலையில் வருணன் அனுப்பியது. காணச் சகியாது உடனே அழித்தான்.

செவ்வந்தியிடமிருந்து அழைப்பு வந்தது.

இந்த இடம் எனக்கு ஓக்கே. உனக்கு ஓக்கே வா? வந்து பார்த்துட்டு சொல்லு. டிராபிக் அதிகம் உள்ள இடம். அதுனால பகல்ல வாட்ச்மென் கிடையாது. உள்ள போக முடியும். நான் அடிக்கடி கிராஸ் பண்ற இடம்தான். உன்னோட பேச்சு உன்னோட பிகேவியர் என்ன இப்படி ஒரு ஓபன் பிளேஸ் பார்க்க வச்சிடுச்சி. பார்க்கலாம் நீ எவ்ளோ தூரம் போறன்னு. Hyena. "Call ended."

துரை அந்த இடத்தை கடந்திருக்கிறான். கவனித்தது இல்லை. வீம்பை அவனும் விரும்பினான். பயத்தை அகங்காரம் முந்திக் கொண்டது. அகங்காரத்தை வெளிப்படுத்துவது போல பயத்தை காட்டிவிட முடியாது. தனக்கு இந்த இடம் தெரியும் நேரில் பார்க்க வேண்டியதில்லை. நேரம் கிழமையை சொல்லச் சொன்னான். அதிக பட்சம் அரை நாள் விடுப்பு எடுக்க முடியும் என்று அடுத்ததாக அனுப்பினான்.

அந்தரங்கப் பகுதிகள் மயிர்களற்று இருந்தது. அடுத்தடுத்த யோசனையில் எதுவுமே இல்லை. மேலாடை, உள்ளாடை ஷூ எல்லாமே புதிது. இவையெல்லாம் முதலிரண்டு சந்திப்பில் யோசிக்காதது. வியர்வை வாசம் குறித்து பயமில்லாது போயிருந்தது. அது அவன் மனைவியின் கருணை. மறுபடியும் முதலிலிருந்து தயார் ஆகவேண்டும். வருணனுக்கு நிராகரிக்கத் தெரியவில்லை. ஆனால் உதாசீனப்படுத்த கை கூடியிருந்தது. இருந்தும் இந்த சந்தர்ப்பத்தை கையாள முடியாமல் திணறினான். செவ்வந்தியிடமிருந்து ஏதாவது செய்தி வந்திருக்கிறாதா என்று பார்த்தான். செவ்வந்தி முந்தியிருந்தாள்.

“அடுத்த மூணு நாளைக்கு எதுவுமே பேசிக்க வேண்டாம். எல்லா பக்கமும் உன்ன பிளாக் பண்றேன். மீட் பண்ற அன்னைக்கு காலைல உன்கிட்ட ஒருதடவ பேசி உறுதி பண்ணிக்கிறேன் அதுவரைக்கும்.”

செவ்வந்தியின் துரை சொரணையற்று போயிருந்தான். வருணன் நிலைமையை கையாளத் தெரியாதவனாக இருந்தான். இந்தப் பெயர்மாற்றம் வருணனுக்குத் தெரியாது. சொல்லிப் பார்ப்போமா என்று ஒருமுறை யோசித்திருக்கிறாள். அவனுக்கு இவ்வளவு தேவையில்லை என்று கட்டுப்படுத்திக் கொண்டாள். அது சீண்டல்தான். மிகச் சாதாரணமாக பழைய காதலனா என்பான். அந்த ஆம்பிளைத் தனத்தை விரும்பாதிருந்தாள். அவனை, மழையில் நனைந்த பைக்கின் பக்கவாட்டுக் கண்ணாடியில் அலை அலையாய் மங்கலாகத் தெரியும் பிம்பமாகவே வைத்திருந்தாள். அது ஒரு குறைந்த மதிப்பீடு. அதே வேளையில் கூர்ந்து கவனிக்க வேண்டிய நிர்பந்தம்.

மனைவியிடம் இன்று இல்லையெனில் மறுநாள். எதையாவது பேசி ஆண்மையை நிரூபித்து தப்பித்துக் கொள்ளும் எந்த வழமைக்கும் இடமில்லை. செவ்வந்தியுடனான ஒரேயொரு வாய்ப்பு. தக்க வைத்துக்கொள்ள வேண்டிய உறவல்ல. ஆனால் அவள் நினைவில் நிற்கவைக்க வேண்டிய உறவு. கசப்பெனினும் அவள் மறக்கக் கூடாது. காலம் அதை வழங்கக் கூடாது. தோல்வி என்றாலும் ஒப்புக்கொள்ள மறுக்கும், ஆனால் தனக்குத் தானே வாதாடினால் துணைவரும் தோல்வியாக இருக்க வேண்டும். அவனிடம் எந்த மந்திரமும் இல்லை. ஆனால் முணுமுணுக்கத் தோன்றியது.

தன்னை எல்லா பக்கத்திலிருந்தும் அழைக்க முடியாதபடி பார்த்துக் கொண்டது, வருணனுக்கு தற்செயலாகத் தோன்றவில்லை. இதில் அவள் திட்டமிடல் இருக்கிறது. நிச்சயம், அவள் அழைக்கும்போது, சந்திக்க விருப்பமில்லை என்று தெரிவிக்க வேண்டும். அதற்கு முன், என் தடுமாற்றத்தை நீ பார்த்திருக்கிறாய். நான் உன்னிடம் நழுவி விழுந்து விட்டேன். இதுவும் உண்மை தான். ஒத்துக்கொண்டே சொல்கிறேன். நீ எனக்குத் தேவையில்லை. நீ நினைத்தபடி, நீ சொன்ன இடத்திற்கு வந்து உன்னைச் சந்தித்து, ஒருவேளை நாம் கூடி,

அதில் என்னை நிலைநிறுத்தி உன்னைப் பார்த்து கர்வம் கொள்வதைவிட உன் அழைப்பை நிராகரித்து நிற்பதன் வழியே நான் என் அஸ்திரத்தில் நிற்க முடியும் என்பதை நிரூபிக்க முடியும்.

வருணனின் மந்திரம் ஒரு வடிவில் இல்லாதிருந்தது. அவளிடமே சொல்லி நிராகரிப்பதற்கும், அவளை போலவே எல்லா பக்கமும் தடை செய்வதற்கும் என்ன வித்தியாசம் இருந்து விடப்போகிறது? தன் குரல் வழியே எதிர்முனையை பேச விடாமல் இப்படி துல்லியமாக சொல்லி அடிக்க வேண்டும். அப்படி அவளை பிளாக் செய்தாள் அலுவலகத்தின் ஏதாவது ஒரு லேண்ட் லைனில் இருந்து எளிதாக எட்டிப்பிடித்து சீண்டி விடுவாள். அந்த சீண்டலை தடுத்தாட முடியாது என்பது அவனுக்குப் புரியாமலும் இல்லை. அப்படியான சிரிப்பு ஒன்று அவளிடம் இருந்தது. எவ்வளவு தான் எரிச்சல் அடைந்தாலும் அதை வெளிக்காட்டிவிட முடியாதொரு சிரிப்பு அவளிடம் இருந்தது. அதனாலையே செவ்வந்தி எதிர்பாராத ஒன்றைச் செய்ய காத்திருந்தான். Hyena

மாலை வீட்டிற்கு செல்லும்முன் தயாராகும் அதே பாணியில் அலுவலகத்தில் தயார் ஆனான். வீட்டிற்கு வந்தவுடன் குளிக்கச் செல்லும் சாக்கில் உள்ளாடையில் படிந்த கறை தெரியாமல் அலசிப்போடுவது போல இன்று முடியாது. வருணனுக்கு தேவை இல்லாமல் சிந்தனை முழுக்க அதைக் குறித்தே இருந்தது. செவ்வந்தி இதை கவனிக்க வாய்ப்பில்லை. கவனித்துவிடுவாள் என்ற பயமும் இருந்தது. அவரசப்பட்டு ஒத்துக் கொண்டோமோ என்ற நினைப்பும் வராமல் இல்லை. கடைசி சொட்டுவரை துடைத்துக் கொண்டான். பயத்தை இரண்டாம் காமம் முந்திக் கொண்டது.

செவ்வந்தி, படுக்கையறையில் உள்ள ட்ரெஸ்ஸிங் டேபிள் முன் நின்று ஏகபோகமாக உதட்டிற்கு கீழிருந்து எடுக்கப்பட்ட செல்பியை காலையிலேயே அனுப்பியிருந்தாள். அவள் குரல் கேட்டால் ஒருவேளை தோல் சுட்டிருக்குமா? வருணன், செவ்வந்தியின் துரையாக மிளிர்ந்தான். தன்னை திரும்பத் திரும்ப சுயமதிப்பீடு செய்ய முயன்று தோற்றுக்கொண்டே இருந்தான். அவனுக்குள் எழுந்த கேள்விகள் எல்லாமே அவனை எள்ளி நகையாடியாது.

வீட்டு முன்னே கார்பரேஷனில் இருந்து வைக்கப்பட்டிருந்த வாதம் மரம் பழுக்கும் சீசன். தெருவில் உதிர்ந்து கிடந்த பழத்தின் நிறத்தை காலையில் பார்த்ததிலிருந்தே முன்னதாக தீர்மானித்து வைத்திருந்த அவளின் உடைத் தேர்வு ஊசலாடியது. கான்கரீட் சிமெண்ட் நிறமும் ஆடையின் நிறமும் வசீகரமாகத் தோன்றியது. அதை உடுத்தும் முன்னர் மாராப்போடு எடுத்த புகைப்படம்தான் வருணனை துரையாக மாற்றியிருந்தது. அவனைப் பொறுத்தமட்டில் அது செவ்வந்தி இறங்கி வந்ததற்கான சிறிய கூறு.

ஏற்கனவே எடுக்கப்பட்ட விடுப்பு. கிளம்பிச் செல்வதில் எந்த வாதமும் அலுவலகத்தில் இல்லை. சென்டர் ஸ்டாண்டிலிருந்து பைக்கை இறக்கியதும் ஒருமுறை யோசித்துப் பார்த்தான். அவனின் வெட்கங்கெட்டத்தனத்தை சமாதானம் சொல்ல, செவ்வந்தி அனுப்பிய புகைப்படம் போதுமானதாக இருந்தது. அவனின் ஆடையும் லிப்டில் வரும்போது உணர்ந்த தோரணையும், எல்லா மனத் தடங்கல்களிலிருந்தும் விடுவித்தது.

பைக்கில் அமர்ந்து கொண்டு, அதை கிளப்பும் முன்னர் கிளம்புவதாக செவ்வந்திக்கு அழைத்துச் சொன்னான். அவளே அலுவலகம் வந்து அழைத்துக் கொள்வதாகவும் பைக்கை அங்கே நிறுத்துமாறும் கேட்டுக் கொண்டாள். மறுத்தவன், பைக் நிறுத்த நினைத்திருக்கும் இடத்தை சொல்லிவிட்டு அழைப்பை துண்டித்துக் கொண்டான். ஞாபகம் வந்தவனாக, பார்க்கிங் செக்யூரிட்டி பயன்படுத்துவதற்கு என்று ஓரமாய் கட்டியிருந்த கழிப்பறைக்குச் சென்றான். மீதமிருந்த பிசுபிசுப்பை துடைத்துக் கொண்டான். முன்பைவிட நிதானமாக உணர்ந்தான். பக்கத்திலேயே இருக்கும் ஷோ ரூம் சென்று புதிதாக உள்ளாடை ஒன்றை வாங்கி மாற்றிக் கொள்ளலாமா என்றும் தோன்றியது. மோதி நின்ற எல்லா யோசனைகளையும் கைவிட்டுவிட்டு வண்டியை செலுத்தினான் துரை.

ஒரு கேள்வியைக் கேட்க வேண்டும். துரையால் திருப்பிக் கேட்கவே முடியாத கேள்விக்குண்டான பதிலை சொல்ல வேண்டும். இது அவன் என்ன மாதிரியான மனநிலையில் வந்தாலும் சிதைத்துவிடும் என்கிற முன்முடிவோடு, அவனுக்கு முன்னதாக கட்டிடத்திற்குள் சென்று கிழக்கு ஓரத்தில் இடம்

பார்த்துக் கொண்டாள். எப்படிப் பார்த்தாலும் உள்ளே ஆள் இருப்பது தெரியாது என்று நம்பும் விதமாகத்தான் ஒன்றன்மேல் ஒன்றாக நான்கு பக்கமும் உயரமாக நிறுத்தி வைக்கப்பட்டு கம்பில் திருஷ்டி படாமலிருக்க கட்டப்பட்டிருந்த தகரங்கள் சாட்சியாளித்தன.

துரையின் கண்கள் ரகசியம் தாங்கி வருகிறதா, கள்ளத்தனத்தோடு எதிர்கொள்கிறதா என்பதை பதிவு செய்ய விரும்பினாள். வாசலை நோக்கி தனது ஒன் பிளஸ் போனை ஸூம் செய்தபடி அவன் வருகை நோக்கி காத்திருந்தாள். அவன் உள் நுழையும்போது பதிவுசெய்து காட்டலாம் என்பது செவ்வந்தியின் எண்ணம். ஹை ஹீல்ஸில் அவளது கால்கள் இன்னும் ஒய்யாரமாக தெரிந்தன. அவளுக்கு கணுக்காலில் இருக்கும் கருப்பு பிடிக்கும். பளிங்கு காலில் தனித்து தெரியும் படியான பேண்ட்தான் தேர்வு செய்து உடுத்தியிருந்தாள்.

ஹெல்மெட் போட்டு வண்டி ஓட்டினால் தலைமுடி தலையோடு தலையாக படுத்துக் கொள்ளும் என்பதற்காக எப்படியோ டிராபிக் போலீஸ் கண் தப்பி வந்து சேர்ந்திருக்கிறான் என்பது செவ்வந்திக்கும் பிடிபட்டது. அணிந்திருந்த கண்ணாடியைக் கூட கழற்றாமல் உள்ளே நுழைந்தான். தன்னை அழகன் என்று அவனை அவனே நம்புவதற்கு அந்தக் கண்ணாடி தேவைப்பட்டது. இதற்கு முந்தைய சந்திப்புகளில் அணியாத கூலிங் கிளாஸ். கழட்டுவான் என்ற நம்பிக்கையில் கேமராவை நிறுத்தாமல் அவனைத் தொடர்ந்தாள்.

செவ்வந்தி முதல்மாடிக்கான படிக்கட்டு திருப்பத்திற்கு முந்தைய கடைசி படிக்கட்டில் ஒரு காலை நீட்டி மறு காலை உள்ளே இழுத்து அமர்ந்திருந்தாள். பக்கவாட்டில் வந்து கொண்டிருந்தவன், எதிரில் வரவும், கண்ணாடியைக் கழற்றினான். துரை உதிர்க்கப் போகும் முதல் வார்த்தைக்காக ஆர்வம் பொங்க அவன் உதட்டசைவை கூர்ந்து கவனித்துக் கொண்டிருந்தாள். செவ்வந்தி வலுக்கட்டாயமாக வரவழைத்தப் புன்னகையை வருணன் புரிந்து கொண்டான். தன் முகத்துக்கு நேராகவே முதல் வார்த்தை சொல்லப்பட வேண்டுமென்று அவனையே பார்த்துக் கொண்டிருந்தாள்.

வருணனின் நேர்மறைச் சிந்தனை, அச்சுறுத்தியது. தடயமாக

மாறிவிடும் அபாயம் குறித்து சலனம் கொண்டான். அதுவே கண்ணாடியை கழட்டாமல் செவ்வந்தியை நோக்கி நடக்க வைத்தது. தன் நடையை தன் உடல் வாசனையை உணர்ந்து கொண்டே நடந்தான்.

மாடலிங் ஷூட்டா? செவ்வந்தியின் கண்கள் அந்தச் சொல்லை சொல்லவிடாமல் அலைக்கழித்தன. “வீடியோ எடுக்றது பயம் காட்டுற மாதிரியே இருக்கு”.

கால்களை இடம் மாற்றினாள். அதுபோலவே செவ்வந்தி அமர்ந்திருந்த படிக்கட்டில் வலது கைபக்கம் அமர்ந்தான். வெகு நேரமாக பேச்சற்று அமர்ந்திருந்தனர், “OMG” சொல்ற மாதிரி ஆளுக்கொரு சம்பவம் சொல்லணும் என்றபடி செவ்வந்தி பேச்சை ஆரம்பித்தாள். துரை காதல் ததும்பும் கண்களோடு உடலின் வெக்கை ததும்ப செவ்வந்தியின் உள்ளங்கை ரேகையை பின் தொடர்ந்து வட்டமடித்து வந்தான்.

அவனின் தொடுகையை அனுமதித்தாள். தொடுவதாலேயே துரைக்கு பொய்யாக ஏதோ ஒன்றைச் சொல்ல முடியாமல் போனது. நாக்கு ஒட்டிக்கொண்டது. எந்த காலத்திற்கும் சென்று திரும்ப முடியாமல் தேங்கி நின்றான். அவளிடம் சொல்வதற்கு பொய்யாகச் சொன்ன ஒரே ஒரு உண்மை மட்டுமே இருக்கிறது. மீதமெல்லாம் பெண்களே இல்லாத சுவாராஸ்யமற்ற வாழ்வு. அவமானமாக உணர்ந்தான். காதலின் துவக்கநிலை. மண் இன்றி விதைக்குள்ளே முளைவிட்ட தாவரம்போல அந்தரத்தில் ஆடினான்.

எனக்கு 5 வருஷ அனுபவமெல்லாம் இல்ல நீ தான் இரண்டாவது பொண்ணு.

எண்ணிக்கையில் சொன்னதும் வாய்விட்டுச் சிரித்தாள் சிரிப்பினூடே OMG என்று திரும்பத் திரும்ப சொல்லிக்கொண்டே இருந்தாள். அமைதியை குலைப்பது பற்றி அவளுக்கு எந்த பிரக்ஞையுமில்லை. சிரித்துக்கொண்டே இருந்தாள். கண் திருப்பாமல், அவன் தோளில் கைபோட்டாள்.

“சிரிச்சிக்கிட்டே எத்தன பேர் கூடன்னு எண்ணிட்டு இருந்தியா”

வருணன் அப்படிக் கேட்டுவிட்டானே தவிர, துரையால்

எழுந்துவர முடியவில்லை. செவ்வந்தி எந்த அலட்டலும் இல்லாமல், முன் தயாரிப்பில் இல்லாத கேள்வியைக் கேட்டாள்.

“யாரோ ஒருத்தன பைத்தியக்காரத்தனமா லவ் பண்ணி அப்றம் அந்த லவ் பிரேக்கப் ஆகி, அதுல இருந்து வெளில வர முடியாம ஆண்களை பார்த்தாலே எரிஞ்சி விழுற, தெரிந்தோ தெரியாமலோ எப்படியோ என்கிட்ட ஒட்டிக்கிட்ட நீ ஒரு சேடிஸ்ட் குழந்தை” என்று செவ்வந்தி தன்னை பற்றிய அபிப்ராய கேள்விக்கு பதிலாக சொன்னான்.

செக்ஸுவல் லைஃப்ல உன்ன நினைச்சி பெருமைப்படுற ஒரு விஷயம் சொல்லு அப்றம் என்னோட turn OMG சொல்றேன் என்றாள் செவ்வந்தி.

வருணனுக்கு புகைப்பது என்பது சரளமாக வாய்விட்டு கெட்டவார்த்தைப் போடுவது. அப்படித்தான் ஆசுவாசம் அடைவான். அதிகாரம் தன்னை நோக்கி திரும்பி, பேசாவிடாமல் அழகு பார்க்கும் போதெல்லாம் தனியாக வாய்விட்டு கெட்டவார்த்தைப் போடுவான். செவ்வந்தி அப்படித்தான் ஆக்கிவிட்டிருந்தாள். கெட்டவார்த்தைப் போட முடியாமல் தவித்தான். அவளை முத்தமிட வேண்டும் போலிருந்தது. காயம் பார்க்க விரும்பினான். மூர்க்கமான உடலைக் கண்டு அஞ்சினான். ஆனால் கைமீறியிருந்தான்.

“என்னடா இவ்ளோ நேரம் பண்ற” என்று வருணனின் மனைவி ஒரு நாள் வீடியோ காலில் கேட்டது மண்டைக்குள் ஒலித்துக் கொண்டே இருந்தது. செவ்வந்தியை தொடவிடாமல் மணிக்கட்டை அழுந்தப் பிடித்திருந்தான். மிகவும் போராடி கீழுதட்டை துரையிடமிருந்து விடுவித்தாள். இந்த வேகம், காமத்தின் எல்லா கண்ணிகளையும் விழுங்கிவிடும் என்பது செவ்வந்தி அறியாதது இல்லை. இருந்தும் அவள் சுதாரித்துக் கொள்ள விரும்பினாள். காமம் வழிந்தோடும் கண்களை கருணையோடு அணுகினாள். அவனை சாந்தப்படுத்த புன்னகைத்தாள். அந்தக் காமத்திற்கு சிரிக்கத் தெரியாதிருந்தது. பேண்ட் பாக்கெட்டில் இருந்து 3 *pack* எடுத்து கவரைக் கிழித்தான்.

“வீட்ல ஸ்டாக் இல்லையா?”

மூச்சின் வேகம் மட்டுப்பட்டது. எதற்குமே பதில் சொல்ல விருப்பம் இல்லாமல் இருந்தது. செவ்வந்திக்கு துரையின் காமம், திருவிழாக் கடையிலிருக்கும் விளையாட்டு பொம்மையை சற்று நேரம் கையில் வைத்துப் பார்த்துவிட்டு, எடுத்த இடத்திலேயே வைத்துச் செல்லும் குழந்தையின் ஏக்கமாகத்தான் இருக்குமென்ற முடிவோடு, இஷ்டப்படி விட்டாள்.

விரிப்பு அழுக்கேறி சுருண்டு கிடந்தது. விரிப்பின் அர்த்தம் வருணனுக்கு மாறியிருந்தது. வெளிச்சத்தில் உடல் கூசியது. உலகில் உள்ள எல்லோர் கண்களையும் ஜல்லி கற்களாக்கி கான்கரீட் போட்டிருக்கிறார்களோ என்று எண்ணும் அளவிற்கு பின் தொடர்வது போலவும், ரகசியமாக வீடியோ பதிவு செய்து கொண்டிருப்பதாகவும் பட்டது. செவ்வந்தி கையாண்ட விதம், அவளும் உடந்தை என்று சந்தேகப்பட வைத்தது. வியர்வையின் வாசம் மாறியிருந்தது. பேண்ட் பாக்கெட்டில் இருந்த கைக்குட்டை கொண்டு துடைத்துக் கொண்டான். சுவரோரமாய் அமர்ந்திருந்தவள் உள் பக்கமாக உரிந்து கிடந்த துரையின் கருப்பு உள்ளாடையில் இருந்த பிசுபிசுப்பையே பார்த்துக் கொண்டிருந்தாள்.

செவ்வந்தி அவனை ஏமாற்றுவதாகப் பட்டது. நடுக்கத்தை உணர்ந்தான். சகஜமாக தன்னைக் காட்டிக்கொள்ள முடியாமல் திணறினான். மிக நீண்ட நாட்களுக்கு முன்பு கேட்காமல் விட்ட ஒன்று ஞாபகத்திற்கு வந்தவன் போல, சட்டென்று கேட்டான்

உன்னோட *Turn*. இப்ப *OMG* சொல்லு.

செவ்வந்தி நெட்டி முறித்தாள். ஞாபகமாக ஏதாவது தரச்சொல்லி கேட்கும்படியான சூழலை அவளே உருவாக்கிக் கொள்வாள். துரோகங்கள் ஒருகட்டத்தில் விழித்துக் கொள்ளும். காயங்கள் நாளடைவில் மரத்துப் போகும். அலைமோதித் திரியும், போதா காமத்தின் வன்மம் பசியோடே அலையும். அது, ஓர் உடலிலிருந்து இன்னோர் உடலுக்கு கடத்த முடியாத துண்டு வாசனையாக அவளுக்கு இருந்தது. இன்னொருமுறை நுகரமுடியா அந்த வாசனையைத்தான் செவ்வந்தி பரிசளித்தாள். அந்த வாசனை உடலில் இல்லை என்று நம்பினாள். வருணன் அவள் யோசனையை இடைமறித்தான்.

அவளுக்கு அவனிடம் பேசுவதற்கே விருப்பமற்று இருந்தது. நினைவின் அடர்த்தி சல்லிசாக வடிந்திருந்தது. அந்த புத்தம் புதிய மலர்தலை, அந்தக் குளிர்ச்சியை இவனோடு கடத்த விரும்பாதிருந்தாள். போதும் என்றிருந்தான். முந்தைய காலங்களில் இல்லாத தெளிவு. கல்லெறிய விரும்பினாள்.

உன்னமாதிரி ஒன்னாவது ரெண்டாவதுன்னு எண்ணிக்கிட்டு இருக்குறது என்னோட வேலை இல்லை. எனக்கு அது ஒரு தோணல். என்னோட ஆண்கள் எல்லா காலத்துலையும் என்னை நினைச்சிக்கும்படியா இருக்கணும்னு நான் பண்ணுற சின்ன சடங்கு. பேசுறது பழகுறது எல்லாமே ஒரு தற்காப்பு நடவடிக்கை தான். அந்த தேர்வுகூட பொய்த்துப் போகாம இருக்கணும்னு நெனைக்கிறது என்னோட வேண்டுதல். என்கிட்ட நானே வேண்டிப்பேன். மிச்சமெல்லாம் அது இஷ்டம் போல போகட்டுமேன்னு பாரத்துட்டும் இருப்பேன். எனக்கு இப்படிப்பட்ட ஆண்களை பிடிச்சிருக்கு. & ஐ லவ் செக்ஸ்.

என்கிட்ட ஒரு ஹாபி இருக்கு. சந்திச்சிட்டு கிளம்பும்போது இருக்குற என்னோட மூட் பொறுத்தது. என்னோட ஆண்களை சந்திக்க போகும் போதெல்லாம் என்னோட கைப்பைல ஒரு spare ப்ரா இருக்கும். ரெண்டு பேரோட மனநிலையும் ஒத்துப்போச்சுனா அவன் கழட்டின ப்ராவ பரிசா கொடுப்பேன். எனக்கு இது பிடிச்சிருக்கு. என்னோட உள்ளாடைகளை ரசிக்கிறவங்களா மாத்தறது, அப்படி இல்லனா என்னோட ஆண்கள் எல்லாருமே அப்படி ரசிக்கும் படியான ஆளா அமைஞ்சிடுறாங்க. அதுனால என்னவோ இப்படி கிப்ட் கொடுக்குறேனா தெரியல. எனக்கு அத நிறுத்தனும்னும் தோணல.

நான் கிப்ட் பண்ணினவங்கள்ள எத்தன பேரு இப்ப வரைக்கும் ரகசியமா வச்சிருப்பாங்க? எத்தன பேரு மனைவிக்கு பயந்து, காதலிக்கு பயந்து தூக்கிப் போட்டிருப்பாங்க? எப்பவாவது நானே என்ன ரொம்ப லோவா நெனச்சா இப்படி யோசிப்பேன். கிப்ட் கொடுத்தவங்கள நினைக்கிறதுக்கும், என்கிட்ட இருந்து கிப்ட் வாங்காதவங்கள நினைக்கிறதுக்கும் என்ன வித்தியாசம்னு யோசிச்சி குழம்பியிருக்கேன். வாங்காதது எனக்கு தோல்வில்ல? இல்ல, தோல்வி இல்ல. ஏன்னா

ஒவ்வொரு சந்திப்பிலும் அதுக்கான காரணம், நான் உருவாக்குற தர்க்கம் மாறிக்கிட்டே இருந்திருக்கு. உன்னோட பாஷைல சொல்லணும்னா எனக்கு எண்ணிக்கைல இல்லாம எல்லா ஆண்களுமே 'முதலா' இருந்திருக்கு. இதோ இப்ப நீ... வருணனை முத்தமிட நெருங்கி நிறுத்தினாள்.

இன்னொன்னும் சொல்றேன். அவ இவன்னு சொல்லாம, மனைவி பேரையோ காதலி பேரையோ உச்சரிக்கிறவங்கள எனக்குப் பிடிக்கும். அது ஒரு டிராப் விழுற வேகத்துக்கான தூரம். அப்படித்தான் அமையவும் செய்யனும். அது ஒரு டீல். ஒரே நேரத்துல இரண்டு பேர் மேல காதல் இருக்குறதுக்கான அத்தாட்சி. அவன் மௌனத்தை சந்தேகித்தாள். இதற்கு மேல் தாங்கமாட்டான் என்பதாகவும், தன்னை தாக்கக் கூடும் என்றும் அஞ்சினாள். இப்படி பேசாம இருக்குறத OMG கணக்குல சேர்த்துக்கவா?

துரையிடம் அவள் சார்பாக அவளிடமே சொல்ல ஒரு பதிலும் கேட்க சில கேள்விகளும் இருந்தன.

# ஸீரோ வாட்ஸ்

அது தான் மைண்ட் ஒத்துழைக்கலன்னு தெரியுதுல்ல? அப்புறம் ஏன் திரும்பத் திரும்ப விளையாடி தோத்துகிட்டே இருக்க? இருக்கிற மொத்த பாயிண்ட்ஸும் போட்டு ஒரே மேட்ச்ல தோத்துடு. அதுக்கு அப்புறம் சும்மா இருப்ப தான? கேமரா ஆன் பண்ணி உன்னோட முகத்த பாரு. இருட்டுல கூட உர்ருன்னு இருக்குறது அப்பட்டமா தெரியுது.

ஒருவாரமா சொல்றேன். அந்த விசயத்தைதான் சகஜமா எடுத்துகிட்டேனே தவிர உன்னையோ உன்னோட உணர்வுகளையோ இல்லைன்னு. ஆனா நீ? நான் கத்தி, சண்டைபோட்டு, அழுது ஆர்பாட்டம் பண்ணி, கூப்பாடு போடலங்றதுக்காக எல்லாம் மனவுளைச்சலுக்கு ஆளாகுற. சகிக்கல.

உன்னை இப்படியே விட்டுவச்சி நீ இதையே உனக்கு சாதகமா பயன்படுத்தி காய் நகர்த்ததான் இப்படியெல்லாம் பண்ணுறன்னு எனக்கு தோண வச்சிடுவியோன்னு வேற பயமா இருக்கு. அப்படி மட்டும் நடந்துருச்சின்னா நீ எதிர்பாக்றது எதிர் பார்க்காததுன்னு எல்லாமே நடந்துடும். என்னலாமோ நடந்துரும்.

என்னை அந்த நிலைமைல கொண்டு தள்ளினதுக்கு அப்றம் என்னடா இவன்னு வெறுப்பும் கருணையுமா உன்கூட வாழுற மாதிரி பண்ணிடாத. மரியாதையா தூங்கு.

ஏஸிய 24ல வச்சிட்டு படு.

பத்மாவின் ஐடியிலிருந்து ரவி, ஆண்களோடு உரையாடுவது

தெரிந்த இரவு கோடைமழை. ரவியை எதிர்கொள்ள வேண்டிய கட்டாயம். படுக்கையறை கதவைப் பூட்டிக்கொண்டு கொஞ்சநேரம் இருக்கலாமென்றால் எதும் விபரீத முடிவெடுத்துவிடுவாளோவென பயந்து பக்கத்து வீட்டு ஆட்களை கூப்பிட்டு இன்னும் கேவலப்பட்டு போகும் என்பதால், கதவை சாத்திவிட்டு இருக்கத்தோன்றிய எண்ணத்தை கைவிட்டாள். மழையோ வரவேற்பறையைச் சுற்றி தீ மூட்டிவிட்டது போல தகித்தது. தன்னை ஆற்றுப்படுத்திக்கொள்ளும் விதமாக, அவன் உச்சிமுடியை பிய்த்தெறிந்து அமைதியானாள். அவன் எதுவுமே பேசாமல் தலையை கொடுத்துக்கொண்டு இருந்தான்..

திங்கள் கிழமை மட்டும் வந்தால் போதும் என்கிற நிலைமையும் மாறி திங்கள் புதன் மற்றும் வெள்ளியென மூன்று நாட்கள் அலுவலகத்திற்கு வரச்சொன்ன பிறகுதான் சிக்கல் உருவானது. கவனக்குறைவில் மாட்டிக் கொண்டான்.

பத்மா ரவியிடம் கேட்ட முதல் கேள்வி - தன்கிட்ட பேசிட்டு இருக்கிறது பொண்ணு தான்னு அந்த பரதேசி எப்படி நம்பினான்? அதுக்காக நீ என்ன வேலையெல்லாம் பார்த்த? நீ பொண்ணுதான்னு எப்படி நம்பினான்?

உன் லேப்டாப்ல என் ஐடிய லாகின் பண்ணி 6 மாசத்துக்கு மேலயாவது இருக்குமே! எப்போ இருந்து இந்த வேலைய பார்த்துட்டு இருக்க? என்னுது இல்லாம எத்தனை அக்கவுண்ட் வச்சிருக்க? என்னோட ஐடிக்கு முன்னாடி? என் ஐடில உக்காந்து ஏண்டா இதெல்லாம் பண்ணின? நான்சென்ஸ்.

கல்யாணத்துக்கு முன்னாடியே இப்படிதான் இருந்தியா? என்கூட நல்லா தான இருக்க? உனக்கு ஏன் புத்தி இப்படி போச்சுது? பேச மட்டும்தான் செய்றியா? இல்ல லேடிஸ் மாதிரி ட்ரெஸ் எல்லாம் பண்ணிருக்கியா?

கட்டிலின் விளிம்பில் அமர்ந்திருந்தவனை பாய்ந்து போய் கட்டிப்பிடித்து வாய்விட்டு சத்தமாக அழுதாள். திரும்பத் திரும்ப மன்னிப்பு கேட்டாள். மன்னிச்சிட்டேன்னு சொல்லு என்று மன்றாடினாள். ரவி அழுகைக்கும் ஆற்றாமைக்கும் இடையே கூனிக்குறுகி நின்றான். அவன் மணிக்கட்டைப்

பிடித்து தன் கன்னத்தில் அடிக்க முயன்றாள். அவன் கழுத்தை கட்டிக்கொண்டு அழுதாள். ரவியின் தோளை அழுந்த கடித்தாள். விடுவித்து மன்னிப்புக்கேட்டாள். லேடீஸ் ட்ரெஸ் போடுவியான்னு கேட்டிருக்கக் கூடாது.

என்ன நீ அவ்வளவு சந்தோசமா வச்சிக்கிறடா .அப்றம் ஏன்? மீண்டும் அழுதாள்.

எந்த கேள்விக்கெல்லாம் என்னென்ன பதில் சொல்லுவது எங்கிருந்து ஆரம்பிப்பது. அவள் காயப்படாமல் எப்படி சொல்லுவது என்ற குழப்பத்தில் தன்னை எவ்வளவு தூரம் இறக்கிப் பேசினாள் என்பது மூளைக்கு எட்டாமல் போயிருந்தது. மன்னிப்பு கேட்டு அழும்போதும் கூட உறைந்துவிட்ட ஓர் உயிரி போல இருந்தானே தவிர அவனால் அவள் சொல்லைப் பிடித்துக்கொண்டு மேலேறி வரமுடியவில்லை. இருவருமே குமைந்தனர். அறையின் பிரகாசம் கண்கூசச் செய்தது. ட்யூப்லைட்டை அணைத்துவிட்டு இரவு விளக்கில் பத்மா அமர்ந்திருந்தாள். டவலை எடுத்துக்கொண்டு குளியலறை சென்றாள். அங்கேயும் விளக்கை எரியவிடவில்லை. திரும்பி வந்து ரவி அருகில் உட்கார துணிச்சலற்று, கட்டிலில் முட்டிபோட்டுச் சென்று சுவர்ப்பக்கம் ஒரு ஓரத்தில் சுருண்டு படுத்திருந்தாள். பத்மாவின் மூடியிருந்த கண்களையே கவனித்துக் கொண்டிருந்தான். ‘கடவுளே இவ தூங்கிடனும்’ அவளைப்பார்த்து வேண்டினாலும் அவளிடமே வேண்டிக்கொண்டதாகப்பட்டது.

பத்மாவிற்கு எந்தக் கேள்விக்குமே பதில் தேவைப்படவில்லை. ஆனால் ரவியோ நியாயம் கற்பிப்பதாக அல்லாமல், பிசகிவிட்ட அந்தக் கணத்திலிருந்து வெளியேற அவளிடம் பேச விரும்பினான். சொல்லத்தகுந்த பட்டியலை மனதிற்குள் சொல்லிப்பார்த்தான். ‘நீ மட்டும் அன்னைக்கு என் லேப்டாப்ல உன் ஐடிய லாகின் பண்ணலைன்னா இப்படி ஒன்னு நடந்திருக்கவே நடந்திருக்காது.’ இப்படி சொல்லிப் பார்த்ததற்காக வெட்கப்பட்டான். தூக்கம் வந்தாலும் வலுக்கட்டாயமாக விழித்திருந்து அவளை காவல் காத்தான். ‘செஞ்சி வச்சிருக்கிற வேலைக்கு இத்தோட விட்டுட்டு மன்னிப்பு வேற கேக்குறா’. புளுங்கிச் சாக நேரும் இந்த சம்பவம் யார் காதுகளுக்குமானதில்லை. எவ்வளவோ முயன்றும் ரவிக்கு அழுகை வரவில்லை. விடியல் அவனை அச்சுறுத்தியது.

வாய்விட்டு அழ வாய்க்காத நிலைமை. மெத்தையில் படுக்கையில், தன் அசைவு அவளை எழுப்பிவிடக்கூடாதென முதுகு வலிக்க அவனையறியாமல் உடல் சாயும்வரை உட்கார்ந்திருந்தான்.

திருமணத்திற்கு முன்பு, மூன்று மாதத்திற்கு ஒருமுறையென நான்கு வருடமாக சொந்த ஊருக்குச் சென்று வருவதை வழக்கமாகக் கொண்டிருந்தாள் பத்மா. ஆண் பெண் பாராமல் எல்லோரிடமும் ரகசியங்கள் கறந்து வாழும் தோழிகளில் ஒருத்தி ஆளுக்கொரு காமக்கதை சொல்ல வேண்டும் என்ற தலைப்பில் சொன்னதுதான் "இரவானால் மனைவி தன் கணவருக்கு அவர் விரும்பியது போல சேலை கட்டி அழகு பார்த்து உறவு கொள்வார்களாம்"

பால் பாக்கெட்டின் நுனியை கத்தரித்து, சிங்கில் ஊற்றினாள். பாதிக்குமேல் ஊற்றியபிறகு, தலையில் அடித்துக்கொண்டு ரவிக்கு மட்டும் காபி போட்டாள். தன் கணவனை எப்படி கூப்பிட எப்படி எழுப்ப என்ற குழப்பம். தொட்டு எழுப்ப யோசனை, அலைபேசியில் அழைக்க விருப்பமில்லை. அருகில் போய் நின்று எதாவது சத்தம்கொடுத்து எழுப்பலாம் என்றால் அதற்கும் மனம் ஒப்பவில்லை. காபி குடி என்றாள். அவளுக்கே கேட்கும்படிகூட சொல்ல முடியவில்லை. காபி என்று மட்டும் சொல்லிப்பார்த்தாள். ஒருவழியாக காபி என்றாள். எழுந்து உட்கார்ந்தான். அங்கிருந்து நகர்ந்தாள்.

பத்மா வேலைக்கு சேர்ந்த நாள் முதலே வீட்டிலிருந்துதான் வேலை செய்கிறாள். மதியத்திற்கு மேல் காதில் ஹெட்போன் மாட்டிக்கொண்டு தட்டச்சு செய்ய ஆரம்பித்தாள் என்றால் இரவு உறங்கச்செல்லும் வரை ஓடும். மனிதர்களின் குரல்கள் கேட்பதே அவளுக்கு ஒவ்வாமையாக மாறிப்போயிருந்தது. வெளியிலிருந்து சிரிப்புச்சத்தம் கேட்டால்கூட அவளால் தாங்கிக் கொள்ளமுடியாது. ஏசி போட்டுக்கொண்டு கதவை மூடிக்கொள்வாள். இதில் அவளுக்கு ஓய்வென்பது கண்களை மூடிக்கொண்டு சும்மா இருப்பது மட்டுமே. விடுமுறை நாட்களில் தூங்குவாளே தவிர, மொபைலில் டேட்டா கூட ஆன் பண்ணியிருக்க மாட்டாள்.

அவளின் அயர்ச்சிக்கும், கொண்டாட்டத்திற்கும்,

சமநிலைக்கும், தடுமாற்றத்திற்கும் காமத்தின் வழியே பதில் கண்டடைந்து வைத்திருந்தாள். ரவி அவளின் தூக்க மாத்திரை.

பாஸ்வேர்ட் மறந்ததை கூட ரீசெட் செய்ய விரும்பாமல் "அந்த ஐடி தெண்டத்துக்குதான இருக்குது" என்று விட்டதற்கான அறுவடை ரவி, பத்மாவிடம் சொன்ன காரணம். அப்போதும் கூட லாக் அவுட் பண்ணிட்டியா என்று கேட்க அவளுக்கு தயக்கமாக இருந்தது. திரும்பத் திரும்ப காயப்படுத்திவிடுவோமோ என்று எதற்காக அஞ்சுகிறாள் என்பது பத்மாவிற்குமே கூட புதிராகத்தான் இருந்தது.

மேலிருந்து துணியடுக்குகளை மேய்ந்தாள். ரவி, பத்மாவிற்கு எடுத்துக் கொடுத்த சர்ப்ரைஸ் ஆடைகள்.ஒவ்வொன்றாக மடிப்பு கலையாமல் நுகர்ந்து பார்த்தாள். ரவியின் வாசனை எங்குமே இல்லை. அவன் வாசனை மொத்தமும் ஆக்கிரமித்திருந்தது. இதில் எது உண்மை என்பதே எட்டாத இடத்திலிருந்தது. ஒருவேளை அலுவலகத்திற்கு எடுத்துச்சென்று...

சட்டை எடுப்பதைவிட உள்ளாடை தேர்வில் அதிக நேரம் எடுத்துக்கொள்வான் ரவி. விறுவிறுவென அனைத்து உள்ளாடைகளையும் எடுத்துப்பார்த்தாள். எல்லாமே ஆண்கள் உடுத்துவது. அவள் நடந்து கொள்வதன் அர்த்தம் அவளுக்கே பிடிபடாமல் இருந்தது. ரவியை ஒழுக்கத்தின் மதில்மேல் ஏற்ற விரும்பாததே இத்தனை இன்னல்களுக்கும் காரணமாக இருக்குமோ? தனக்கு தப்பிக்கத் தெரியவில்லையென முனகிக் கொண்டாள்.

தலையை பிய்த்துக்கொள்ளலாம் போலிருந்தது. ரவியை உட்கார வைத்துப் பேசி முடித்துவிட விரும்பினாள். Message yourself-ற்குள் செல்வதும் எதுவுமே எழுதத் தோன்றாமல் வெளியேறுவதுமாக இருந்தாள். லாகின் ஸ்க்ரீனில் வெகுநேரம் இருந்தாள். யூசர் பெயரில் தன்னுடைய மொபைல் எண்ணை போடுவாள். கல்லூரிக் காலங்களிலிருந்து அவளிடமிருந்தது என்னவோ ஒரே ஒரு பாஸ்வேர்ட். தேவைக்கேற்ப அந்தப் பெயரிலுள்ள ஏதேனும் ஓர் எழுத்து மட்டும் கேப்ஸ்ஸில் இடம் மாறுமே தவிர, புதிதாக யோசித்து வைத்தவள் கிடையாது. மொபைல் மாற்றியதால் குறித்து வைத்திருந்த நோட்ஸும் காணாமல் போயிருந்தது.

பேசுவது பெண் தானென நம்ப வைப்பதற்காக, என்னுடைய ஆடைகள், அணிகலன்கள் என்று ஏதேனும் புகைப்படம் எடுத்து அனுப்பியிருப்பானா? ஒருவேளை என்னுடைய முகத்தையே காட்டிவிட்டானா?

ரவியின் இத்தனை வருட நடத்தைகள் அவளை பின்னோக்கி இழுத்துப்பிடித்தன. எண்ணவோட்டத்தை தடுத்து நிறுத்தின. அவன் அப்படிப்பட்டவன் இல்லை அப்புறம் ஏன்? உண்மையைச் சொல்ல தயாராகவே இருக்கிறான். ஆனால் அது எனக்கு புள்ளியளவிற்காவது சாதகமாக இல்லாமல் போய்விட்டால்? பொய் என்றாலும் நான் சந்தேகிக்காதவாறு சொல்வானா?

தோன்றுவதையெல்லாம் நிகழ்த்திப்பார்த்துவிட்டால் எஞ்சப்போகும் வெறுமையை ஒத்திப்போட முடிவெடுத்தாள்.

தயக்கத்தின் பிரதிநிதியாக வாழும் ரவிக்கு, தன்னை எப்படி வெளிப்படுத்த வேண்டும், அவளின் கேள்விகளுக்கும், செய்கைகளுக்கும் எப்படி எதிர்வினையாற்ற வேண்டும் என்கிற தெளிவில்லாமல் இருந்தது. 'பண்ணின யோக்கியத்தனத்துக்கு இது ஒன்னுதான் குறைச்சல்' பத்மா கேட்கப் போகாத கேள்விகள் எல்லாம் ரவியை தைத்தன. அந்த வலியும், அழுத்தமும் அவளைப் பற்றி வேறேதும் சிந்திக்கவிடாமலிருக்க துணை புரிந்தது. திரும்பத்திரும்ப அதற்குள் உழன்று புதுப்புது காயங்கள், புதுப்புது சொற்கள், தொனிகள் என நொடிக்கொன்றை உருவாக்கிக்கொண்டே இருந்தான். அந்த பயம் பத்மாவை எதிர்கொள்ள அவசியமற்றுப் பார்த்துக்கொண்டது.

அவளுக்கும் சேர்த்துப் புரியும் போரில், காயப்படுத்துவதும், காயமுறுவதும் அவனாகவே இருக்கும்படி பார்த்துக்கொண்டான். அதுவே விடுதலையாகவும் அதுவே சிறையாகவும். இலக்கற்றுத் தாக்கும் வெளியில் ஓடியோடி குறுக்கே போய் விழுந்தான். உடலும் மனமும் சோர்வுற்று பரிதாபத்தின் கொடி அவனை சூழ்ந்திருந்தது. பத்மா அதனாலேயே அவனை நெருங்காமலும் பேச்சுக்கொடுக்காமலும் காத்திருந்தாள். அதை தப்பித்தலுக்கான கேடயமாக ரவி பயன்படுத்துவதை அறிந்துகொண்டாள். இருப்பினும் அவனுக்கான அவகாசம் கொடுப்பதில் இரட்டை மனநிலைக்கு தாவாமல் பார்த்துக்கொண்டாள்.

இரவு அலுவலகம் முடிந்து வருபவன், உடைமாற்றிவிட்டு என்ன சமைத்து வைத்திருக்கிறாளோ அதை தட்டில் எடுத்துக்கொண்டு, பத்மா உட்கார்ந்து வேலை பார்த்துக்கொண்டிருக்கும் ரோலிங் சேர் அருகே சம்மணம் போட்டு அமர்ந்துகொண்டு அவளின் கால் விரல்களை தடவியபடி, கால்பிடித்துக்கொண்டே சாப்பிட்டு முடிப்பதை வழக்கமாக வைத்திருந்தவன், மறுநாள் தொட்டே ஹாலில் அமர்ந்து சாப்பிட ஆரம்பித்திருந்தான்.

பத்மா அப்படிக்கேட்டது தகுமென தாழ்ந்துகிடந்த குரல், அடுத்தடுத்த இரவுகளில் அவள் கேட்ட மன்னிப்பினை கொஞ்சம் கொஞ்சமாக தின்று செரித்து, அவள் மேல் சவாரி செய்யத் துணியும் அளவிற்கு வளர்ந்திருந்தது. அதற்கேற்றார் போலவே பேச்சுக்கொடுத்தாள். “அது தான் மைண்ட் ஒத்துழைக்கலன்னு தெரியுதுல்ல? அப்புறம் ஏன் திரும்பத் திரும்ப விளையாடி தோத்துகிட்டே இருக்க?

உன்னால நான் சகஜமாகி பேசுற வரைக்கும் வெயிட் பண்ண முடியும்னா இரு. இல்லையா ஒரு மாசம் ஹாஸ்டல்ல கூட தங்கிக்க. டிவோர்ஸ் வேணுமா? கையெழுத்து போடுறேன். சும்மா ஜாலிக்காக பண்ணினதுக்கெல்லாம். அதும் உன்னோட ஃபோட்டா இது வரைக்கும் அப்லோட் ஆகலன்னு தெரிஞ்சிகிட்டு தான் பண்ணினேன். அதுக்குன்னு வாய்க்கு வந்ததெல்லாம் பேசுற? ஏன் படுத்து எந்திக்கும் போதெல்லாம் யார் கூட படுத்தன்னு தெரியலையா?

ஓரக்கண்ணில் பார்க்கும் ரவியின் கண்களை பார்க்கச்சகியாமல் இரவு விளக்கினை கால் பெருவிரலால் எட்டி அணைத்துவிட்டு, டேட்டா ஆன் செய்து வாட்சப்பிற்குள் நுழைந்தாள். ரவியின் ஸ்க்ரீனுக்குள் மேல் நோக்கி கொஞ்சநேரம் எதையும் பார்க்காமல் எதையும் படிக்காமல் ஸ்க்ரோல் செய்து கொண்டிருந்தாள். பத்மாவின் முகத்தில் விழும் வெளிச்சத்தை, வெளிச்சம் முகத்தில் நிறம் மாறுவதை அசைவற்று கண்காணித்தான்.

“*Only share with*” செலக்ட் செய்தாள். “ஆண், பெண் வழங்கும் மன்னிப்பை கையாளத் தெரியாமல் உடைத்து விடுபவனாகவே இருக்கிறான்” என்று டைப் செய்துவிட்டு, வைக்கலாமா வேண்டாமா என்ற யோசனையோடு இரு

பெருவிரல்களும் டிஸ்ப்ளேவைத் தொடாமல் ஆனால் டைப் செய்வது போலவே பாவனை செய்தபடி நிலைத்தகவலேறாத அந்த வரிகளை படித்துக் கொண்டிருந்தாள். பத்மாவிற்கு சிரிப்பு வந்தது. கேட்கும்படியே சிரித்தாள். கேட்கட்டும் என்றே சிரித்தாள்.

# ரூபம்

ஏற்காடு மலையிலிருந்து டவுன் பஸ்சில் கீழிறங்கி, சேலம் பேருந்து நிலையத்தில் வைத்து, இனிமேல் அவரவர் திசை பார்த்துச் செல்லலாம் என்று இருவரும் ஒத்திசைந்து முடிவு செய்தபிறகு, அவள் கரூர் பேருந்து நோக்கியும், பாபு சென்னை பேருந்து நோக்கியும் நகர்ந்து கொண்டார்கள்.

ஆம்னி பேருந்தில் ஓட்டுநரின் இடப்பக்கம் உள்ள முதல் இருக்கையில் அமர்ந்திருந்த பெண்ணை, பேருந்தின் முன்னின்று பாபு பார்த்துக்கொண்டிருந்தான். அந்தப்பெண்ணும் கண் எடுக்காமல் அவனையே பார்ப்பது போலிருந்தது. அவளுக்கு வலப்பக்கம் உள்ள இருக்கையில் இடம் காலியாக இருந்ததை நடத்துனரிடம் உறுதி செய்து பயணத்திற்கான டிக்கெட்டையும் எடுத்துவிட்டு, பேருந்தினுள் ஏறாமல் நின்று கொண்டிருந்தான். சென்னை வந்து சேரும்வரை அவள் கண்களை நினைவில் இருத்திக்கொண்டே வந்தான். சென்னை வந்திறங்கியதும், இவனைப்போலவே அவளும் திருவான்மியூர் பேருந்தில் ஏறிக்கொள்ள இன்னும் தீவிரமடைந்தான். நாக்கு வறண்டு போவது கூட தெரியாமல் அவளைப் பார்த்துக் கொண்டிருந்தான். பேசினால் பேசிவிடுவாள் போலத்தான் இருந்தது. தகிக்கும் உடலுக்குப்பின்னால் இருக்கும் காதல் தோல்வி மறைந்து, இவளையே நினைக்க வைத்திருந்தது.

நடுராத்திரி. வேளச்சேரி ஏரிக்கரை நிறுத்தத்தை தாண்டியதுமே, ‘பேசிவிடு பேசிவிடு’ என்றிருந்த உள்ளுணர்வை தாக்குப்பிடிக்க முடியாமல், எழுந்து கடைசி இருக்கை நோக்கி வந்துவிட்டான். நல்லவேளை அவளை கூட்டிப்போக யாரோ வந்திருந்தார்கள். உடலெங்கும் காதலின் வடுவும், காமத்தின் தீவிரமும் பிணைந்து

அவனை கொன்றுவிடுவது போலிருந்தது. இமைதட்டா அவள் பார்வையை அந்த விழிகளை நினைத்தபடியே அறைக்கு வந்து சேர்ந்தான்.

தீர்மானிக்கப்பட்ட பிரிவின் சந்திப்பு என்று தெரிந்திருந்தபடியால், சென்னைக்கு வரும் வழியில் மனபாரத்திலிருந்து தப்பித்துக்கொள்ள, ‘பார்க்கலாம்’ என தரவிறக்கம் செய்து வைத்திருந்த படத்தை அறையில் வைத்துப் பார்க்கத் தொடங்கினான் பாபு. அவனது முகத்தை உள்ளுக்குள் நினைக்கையில் லஜ்ஜையே இல்லாமல் இருந்தது. அவன் தேவை மீது குழப்பம் இருந்தது. படத்தின் மீது நாட்டம் இல்லாமல், படத்தை முன்னகர்த்துகையில் சார்லியின் அறையைப் பார்த்ததும் படம் பார்ப்பதை நிறுத்திக் கொண்டான். அது அவனை மிகவும் அலைக்கழித்தது. வரிசைப்படி தரவிரக்கம் செய்து வைத்திருந்த xConfessions தொடரை மேலோட்டமாக ஆங்காங்கே பார்த்து அப்படியே விட்டிருந்தது ஞாபகம் வந்தது. அறையில் பரவும் வெளிச்சத்தை, இருவரின் நிழல்களைப் பார்த்துக் கொண்டிருந்தான். பிரிவின் சந்திப்பை முடிவு செய்த நாளில் இருந்து பூட்டியே கிடக்கும் சைக்கிளின் மீது அலைபேசியில் இருக்கும் டார்ச் லைட் அடித்து சக்கரத்தின் பற்களைப் பார்த்துக் கொண்டிருந்தான்.

அவனுக்கு ஒரு சபதம் தேவைப்பட்டது. அவளோடு பேருந்தில் பேசியிருக்க வேண்டும். அவளை அழைத்துச் செல்ல பைக்கில் வந்தவள் நிச்சயம் அறைத் தோழியாகத்தான் இருப்பாள். புறநகர் பேருந்தில் ஏறிய பிறகாவது பேசியிருக்க வேண்டும். இருவரின் கண்களுக்குள் பொருந்திப்போன காமத்தை சுமந்துகொண்டு இப்படி வந்திருக்கக்கூடாது. காதலியைப் பிரிந்து மலையிலிருந்து இறங்கும்போது இல்லாத அளவிற்கு கண்ணீர் முட்டிக்கொண்டு வந்தது. தொண்டையில் உணர்ந்த கசப்பிற்கு, தண்ணீர் குடிக்க எழுந்தவன், அப்படியே படுக்கையில் அமர்ந்திருந்தான். கொண்டுசென்ற பையிலிருந்த துணிகளை எல்லாம் எடுத்து வைத்துவிட்டு மீந்துபோன ஆணுறைகளைப் பார்த்துக் கொண்டிருந்தான்.

அவள் முனகல் ஓசைக்கு அஞ்சியே டீவி-யில் சத்தத்தை கூட்டி வைப்பான். இம்முறை பேச்சற்றுப் போய்விட,

பாடல்களில் கவனம் செலுத்திவிட்டு இருவரும் அவரவர் யோசனையில் ஆழ்ந்திருந்தனர்.

சங்கீத ஜாதிமுல்லை பாடலில், ராதா நடனமாடத் துடிக்கும் மனநிலையை கட்டுக்குள் வைக்கப் போராட அவள் கால்களை அவளே கட்டுப்படுத்தும் காட்சியும், அமைதிக்குப் பெயர் தான் சாந்தி பாடலில் சூடு வைக்கும் காட்சியும் அகலாமல் நின்று கொண்டிருந்தது. இரண்டு காட்சிகளையும் அவனுக்கே நிகழ்வது போலவும், அவனே இயங்கு விசையாக இருப்பது போலவும் மாறிமாறி சித்திரவதைக்கு ஆளாகியிருந்தான். அடுத்தடுத்து ஒலித்த இரு பாடல்களையும் பாபு மாற்ற முனைந்தபோது அவள் “இருக்கட்டும்” என்றாள். இருவரும் கண்ணீர் வழிய புணர்ந்து முடித்திருந்தனர். நிதானமில்லாத அந்தக் காமம் காதலின் அதீதமாகப்பட்டது. அழுதுகொண்டே காதலை திரும்பத் திரும்ப சொல்லிக் கொண்டிருந்தாள். பாபுவால் பதிலுக்கு கூட ‘ஐ லவ் யூ’ என்று சொல்ல முடியவில்லை. வாயிலிருந்து அடர்த்தியாக ஒழுகும் எச்சிலும் கண்ணீருமாக அவள் கழுத்தின் வழியே தலையணை நனைத்ததை, தலையணையை தலைமாட்டில் இருந்து உருவிப் போட்டதை; மிக வேகமாக மறக்க விரும்பினான். அந்தக் கழுத்தை அவனால் சுவைக்க முடியாமல் போயிருந்தது. மீதமிருந்த மூன்று ஆணுறைகளையும் பிற்காலத்தில் எந்தப் பெண்ணிற்கும் பயன்படுத்தக் கூடாது. அதை அலுவலகம் செல்லும் வழியில் எங்காவது போட்டு விடலாம் என்று முடிவெடுத்திருந்தான். அதில் ஒரு லாஜிக் இருப்பதாக நம்பவும் செய்தான்.

அவள் கைப்பையில் அவளுக்குத் தெரியாமல் வைத்துவிட்ட ஒரு ஆணுறையை எப்படியும் வீடு சேரும்முன் பார்த்து விடுவாள். பார்க்கும் பொழுது அவளுக்குள் எழும் அதிர்வலை சிறிய பழி வாங்கலாக இருக்கட்டும் என்று ஆறுதல் அடைந்து கொண்டான்.

பார்ன் மூவியில் அந்தப் பெண் அணிந்திருந்த நீர்த்துளி வடிவ மூக்குத்தி போலவே பாபுவின் காதலியும் மூக்குத்தி அணிந்திருந்தாள். தன் அவளின் மூக்குத்தி போலவே பேருந்தில் வந்த பெண்ணும் அணிந்திருந்தாள். இந்த ஒற்றுமை பேருந்தில்

இருக்கும்போது யோசிக்க தோன்றாதது. பார்ன் மூவியை நிறுத்திவிட்டு, விடிந்ததும் முதல் வேலையாக பழையபடி சைக்ளிங் செல்லவேண்டுமென யோசித்த கையோடு சைக்கிளை துடைக்கத் தொடங்கினான் பாபு.

கொஞ்ச நேரமாவது தூங்க முடிவெடுத்து, தன் காதலியுடனான கடைசிக் கூடலை கண்மூடிப் பார்த்துக்கொண்டிருந்தான். உறங்குவது நடக்காத காரியம் என்றானதும் வேறு என்னதான் செய்வது? பேருந்தில் வந்த மூக்குத்திப் பெண்ணை நினைக்கவும் *Sex @ First Sight* என்று அவனையறியாமல் வந்து விழுந்தது. இயங்குதல் ஏதுமின்றி பெண் மேலமர்ந்திருக்க, யோனிச் சூட்டில் வழிந்தோடும் விந்துத் துளிகள் உடல் சூட்டில் விழியில் இருந்து வடிந்தபடியே காட்சியானது. அவள் கண்களால் நிச்சயம் இதைச் செய்ய இயலும். அவளுக்கு அந்த வலு இருக்கிறது. அந்தக் கண்கள்! விறுவிறுவென நிர்வாணம் கொண்டான். அவள் உருவம் மறந்திருந்தது. அவளுக்குத் தெரியாமல் ஒரு புகைப்படமாவது எடுத்திருக்க வேண்டும். ஒழுகச் செய்யும் அத்தனை கீர்த்தியும் அவள் முகத்தில் இருந்தது. ஆனால் பாபுவின் மனநிலையைப் பொறுத்தமட்டில் நிகழ்த்த முடியாத காரியம். மணி நான்கை நெருங்கிக் கொண்டிருந்தது. அந்தத் தோல்வியை என்ன செய்வது?

ஒருமுறை வேனில் கேட்டாள். எந்த தயக்கமும் இன்றி *Sex @ First Sight* தான் என்னுடைய ஃபேண்டஸி என்றான். பதிலுக்கு பாபு கேட்காததை சொல்லிக்காட்டினாள். அதற்கு அவன், உன்னிடம் என்ன பதில் இருந்தாலும், அதை என்னால் தாங்கிக் கொள்ள இயலாது. இதற்கு முன் நமக்குள் நிகழ்ந்திருந்தாலும் எனக்கு அந்த பதில் வேண்டாம் என்று மறுத்துவிட்டான். புரிந்துகொண்டவளாய் ‘சரி’ என்றாள்.

சாலையெங்கும் சிதறிக்கிடக்கும் தெருவிளக்கின் வெள்ளை வெளிச்சத்தை துணைக்கு அழைத்துக் கொண்டு, சைக்கிளின் ஹேன்டில் பாரின் நடுவில் பிடித்துக்கொண்டு நடக்கத் தொடங்கினான். உண்மையில் பிரிந்துவிட்டோமா என்ற கேள்வி அவனை அழுத்திக்கொண்டே இருந்தது. அதன் பொருட்டே அறையில் இருக்க முடியாமல், சைக்கிளை கூடக் ஓட்ட முடியாமல் நடக்கத் தொடங்கினான். தாம்பரம் சாலை வரை

நடந்ததும், அவனுக்கு சைக்கிள் மிதிக்கும் எண்ணம் எட்டிப் பார்த்தது. சாலையின் சுத்தம், அதிலே படுத்துவிடலாமா என்கிற அளவுக்கு உடல் அலுத்தும் போயிருந்தது.

சைக்கிளை மிதிக்கத் தொடங்கும் முன்னர், வாட்சப்பிலும், பேஸ்புக்கிலும் பிளாக் செய்துவிட்டாளா என்பதை உறுதிசெய்து கொண்டான். - இல்லை.

இலக்கை நிர்ணயம் செய்யாமல் சைக்கிள் ஓட்டத் தொடங்கினான். அவனிடம் இரண்டு எண்ணவோட்டங்கள் இருந்தன. அந்தப் பெண் எந்த தெருவிற்குள் சென்றிருப்பாள்? அப்படியே செல்லும் தெருக்களில் இருக்கும் மகளிர் விடுதி ஒவ்வொன்றையும் குறித்து வைக்கலாமா என்று தோன்றியது. வேனிலுக்கு 'கடைசியாக ஏதாவது சொல்லச் சொல்லி கேட்டு ஒரு செய்தி அனுப்பி வைக்கலாமா என்றும் தோன்றியது. இரண்டையுமே செய்யாமல் சாலை போன போக்கிற்கு சென்று கொண்டிருந்தான்.

டீ கடை ஒன்று திறந்திருந்தது. சைக்கிளின் பின்னிருக்கையில் இரு பக்கமும் கால்போட்டு அமர்ந்து கொண்டு, வாங்கிய டீயை பருகாமல் இருக்கை மீது வைத்துவிட்டு, வேனிலோடு எடுத்துக் கொண்ட புகைப்படங்களையும் படுக்கையறை வீடியோக்களையும் எந்தவித உணர்ச்சியும் இன்றிப் பார்த்துக் கொண்டிருந்தான். புகைப்படத்தை க்ளிக் செய்வதற்கு முன்பு சேமிப்பாகும் புகைப்படத்திற்கு முந்தைய சிலநிமிட அசைவுகளை பார்த்துக் கொண்டிருந்தான். அவள் குறும்புகளைப் பார்க்கப் பார்க்க கண்ணீர் தேங்கி நின்றது. ஒவ்வொன்றாக அழிக்க வேண்டும். நினைவின் வடுவாக அவை நின்றன. இருவரும் இசைந்து எடுத்த வீடியோவை விட, சிலநிமிட அசைவுகள் மிகுந்த தொந்தரவிற்கு உள்ளாக்கின. இரண்டு மூன்று நாட்கள் கழித்து சென்னைக்கு வருவதாக சொன்னது ஞாபகம் வந்தது. அலுவலக வாசலில் போய் நின்று விடலாமா என்ற எண்ணத்தை வேகவேகமாக கலைக்க விரும்பி 'இன்னொரு டீ' என்றான்.

மணி ஐந்தரை என்று காட்டியது. விடியலின் முகங்கள் மீது பெரும் அச்சம் கொண்டிருந்தான். அறைக்குத் திரும்பிப் போகவே அவ்வளவு பயமாக இருந்தது. மன்னிப்பை

நிராகரிக்கும் திறன் இருவருக்குமே இருந்தது. ஆனால் எந்த சண்டையும் சட்டென நினைவிற்கு வரவில்லை. தன் சேமிப்பில் இருக்கும் எல்லா புகைப்படங்களையும் அவளுக்கு அனுப்பி, மேற்கொண்டு எதுவுமே எழுதாமல் அப்படியே விட்டுவிட்டு சின்னதாக பயமுறுத்தலாமா என்றும் தோன்றியது. நொடிக்கொருமுறை என்பதுபோல அவள் திரைக்குள் எட்டிப் பார்த்ததில் வேனில் ஆன்லைன் வரவே இல்லை. ஆறு மணிக்கு எழுந்துவிடுவாள்.

டீ கடையில் இருந்து கொஞ்ச தூரம் சென்று நடைபாதையில் அமர்ந்து கொண்டான். ஐம்பத்து சொச்ச நொடிகள் ஓடக்கூடிய படத்தை நிதானமாக நடைபாதையிலிருந்தே ஆட்கள் நடமாட்டம் கூடும்வரை பாரப்பதென்று முடிவெடுத்தான். படம் பார்ப்பதும் வேனில் ஆன்லைனில் தென்படுகிறாளா என்று பார்ப்பதுமாக மிகவும் சலிப்புற்று இருந்தான். காமத்தோடு போராடுவதும், நினைவுகளோடு தோற்பதும் அவனை ஏதோவொரு போதாமையில் கொண்டு தள்ளியது.

ஆறுமணிக்கு ஆன்லைன் காட்டியது. அவளை எதையாவது சொல்லி வெறுப்பேற்றிவிட வேண்டுமென்று யோசித்துக்கொண்டே இருந்தான். சட்டென ஒரு புள்ளி வைத்து டைப்பிங்கில் இருப்பது போல காட்டிக் கொண்டான். அவளை வீடியோ காலில் அழைத்து நடு ரோட்டில் வைத்து சுயமைதுனம் செய்து, உன் பிரிவால் எவ்வளவு துயருகிறேன் பார் என்று காட்டத் தோன்றியது. ஆனால் பாபு நினைத்தது அதுவல்ல.

தன்னால் எதுவுமே செய்யமுடியாமல் போனதை நினைத்து ஓவென்று ஒருமுறை கத்தியும்விட்டான்.

அலைபேசியின் திரை அணையாமலிருக்க அடிக்கடி தொட்டுக்கொண்டே, டிராக் பேண்டில் இருந்து மீதமிருந்த மூன்றில் ஒன்றை எடுத்து, உள்ளங்கையில் வைத்துப் புகைப்படம் எடுத்தான். புகைப்படத்தோடு, 'நீ மறந்திருக்க மாட்டனு தெரியும் இருந்தாலும் சொல்றேன். இதுக்கு அப்றம் I go with my fantasy. Yes! Sex @ First Sight' என்று அனுப்பினான்.

வெடித்துச் சிதறும் வேனிலின் பதிலுக்காக காத்திருந்தான். அவளுமே பாபுவின் திரையில் இருந்தாள். அந்த ஆறுதலின்

ஊடே, அவள் அடைந்திருக்கும், மன அழுத்தத்தை அனுபவித்துக் கொண்டிருந்தான். "Typing" ஆனபாடு இல்லை. அந்தக் கொடூர மனநிலை அவனுக்கு அப்போதைய தேவையாக இருந்தது. எதுவும் சொல்லாமல் பார்த்துக்கொண்டே இருந்தான். அவன் துயரின் வழியே வேளச்சேரி பேருந்து நிறுத்தத்தில் கடந்து போன பெண்ணின் முகம் பளிச்சென்று தெரிந்தது. அவளின் தேகவார்ப்பு பிடிபட்டது. அவளைப்பற்றி ஒரே மூச்சில் சொல்லிவிடலாமா என்றும் தோன்றியது.

பாபு, இதுவரை அவளுடனான கூடலில் ஒருபோதும் பயன்படுத்தியிராத ப்ராண்ட் ஒன்றை உள்ளங்கையில் வைத்துப் புகைப்படம் எடுத்து அனுப்பினாள்.

Profile Picture காணாமல் போனது.

## ஆர்ட்டீன்-6

முதன் முறையாக அசோக் பறவையின் நிழலைப் பார்க்கிறான். இதற்கு முன்பு ஒருமுறை விமானத்தின் நிழல், உயர்ந்த கட்டிடத்தின் பக்கவாட்டில் கடந்து போவதைக் கண்டிருக்கிறான். விமானத்தின் நிழல் அன்றாட வாழ்வில் நிகழும் ஒன்றாகவே இருந்தது. மாறாக ஆச்சரியத்தையோ, மகிழ்ச்சியையோ தரவில்லை. சிக்னலில் நிற்கும்போது வெறுமனே பார்த்துக்கொண்டு நின்றான். அதுவே முதலும் கடைசியுமாக. அதற்குப்பிறகு அதைப் பார்த்தது இல்லை. ஆனால் பறவையின் நிழலைக் கண்டதும் முதலில், விமானத்தின் நிழலை நினைத்துக் கொண்டான். இறக்கையடிப்பின்றி கழுகின் தோரணையோடு காற்றில் நின்றது. அசோக்கின் கால் அருகே கட்டாந்தரையில் துல்லியமாகத் தெரிந்த நிழலை நிமிர்ந்து பார்த்தான். காகம். நிழல் கடந்து சென்றது. உண்மையில் பறவையின் நிழல் தரையில் விழும் என்பதே கண்கட்டு வித்தை என்று யோசித்தான். அன்றைய மாலை, “டென் தவுசண்ட் ஸ்டெப்ஸ்” நடையில், பறவைகளின் ஓசை எங்கெல்லாம் கேட்கிறதோ அந்தப்பக்கம் எல்லாம் திரும்பினான். மின் கம்பிகளில் அமர்ந்திருக்கும் மைனாக்களின் நிழல் தரை தொட்டிருக்கிறதா என்றெல்லாம் கூர்ந்து கவனித்துக்கொண்டே நடந்தான். சிட்டில்களின் நிழல் தேடினான். திரும்பத் திரும்ப, மதியம் காலருகே வந்து சென்ற காகத்தின் நிழலை யோசித்துக் கொண்டிருந்தான். இதுவரை பறவையின் நிழலை யாருமே பார்த்திருக்க வாய்ப்பில்லை என்று உள்ளுக்குள் சொல்லிக் கொண்டான். அப்படி உள்ளுக்குள் கேட்பது அவனுக்குப் பிடித்தும் இருந்தது. எல்லாம் சொற்ப நிமிடத்தில் மாறியிருந்தது.

வியர்வை உறிஞ்சும் சாக்ஸ், அசோக்கின் பாதங்களைக் கைவிட்டிருந்தது. இந்த உலகத்திற்கு என்னவோ நடக்கப்போகிறது என்று அஞ்சத் தொடங்கினான். ஒவ்வொரு அடி எடுத்து வைக்கும்போதும், அவனின் உள்ளுணர்வு பயங்கரமாக அதிர்ந்தது. எதற்குப் பயப்படுகிறான் என்றே அவனால் முடிவுக்கு வர முடியவில்லை. தற்காலிகமாக நிறுத்தி வைக்கப்பட்ட பாடலை மறுபடி ஒலிக்க விட்டான். அவஸ்தையாக இருந்தது. பாடலில் ஒன்ற முடியாமலும், கூட சேர்ந்து பாட முடியாமலும், இதயத்தின் சீர் தப்பியிருந்தது. வாட்ச்சை திருப்பி எத்தனை ஸ்டெப்ஸ் நடந்திருக்கிறோம் என்று பார்த்துக் கொண்டான். திரும்பி அறைக்குச் சென்று விடலாம் என்று தோன்றியது. பறவையின் நிழல் மீது இருந்த கிறக்கமும், அதே நேரத்தில் தோன்றிய பயமும், நிற்கவும் விடாமல் நடக்கவும் விடாமல் சித்திரவதை செய்தது. அவனுக்கு தான் நடக்கிறோம் என்பதே நம்பும்படியாக இல்லாதிருந்தது. உடல் அசைகிறது என்று நினைத்துக் கொண்டான்.

யானையின் உடலசைவு ஞாபகத்திற்கு வந்தது. கூடவே யானை கனவில் வந்தால் நல்லதில்லை என்று யாரோ சொல்லி எப்போதோ கேட்டதும்.

பறவையின் நிழல் நினைவிலிருந்து அகன்றது போலிருந்தது. வெளீரென இருந்த வானம் நிறம் மாறத் தொடங்கியதும், அக்கம் பக்கம் பார்க்க ஆரம்பித்தான். அவனுக்கு யாரையும் தெரியாது. அங்கு நடப்பவர்களுக்கும் அவனைத் தெரியாது. ஐந்து நாட்கள் ட்ரைனிங். ஃபார்மல் தேவையில்லை என்று சொல்லியிருந்ததால், தோள்பையில் இன்னொரு செட் சுமக்க வேண்டிய அவசியமில்லை என்ற முடிவோடு காலையும், மாலையும் நடக்க உதவும் என்று ட்ரைனிங் கிளம்பும்போதே அணிந்து வந்திருந்தான்.

யாரையாவது நினைத்துக் கொள்ள விரும்பினான். தொடர்பற்றுப் போனவர்களாக இருந்தால் இன்னும் வசதியாக இருக்கும் என்று நம்பினான். தன்னை மீறி யாருக்காவது அழைத்துப் பேசிவிடும் அளவிற்கு அவன் பலவீனமானவன் இல்லை. இருந்தும் அவனுக்கு அப்படியான ஒரு ஆள் தேவைப்பட்டது. அசோக் எண்ணற்ற நினைவுகளுக்கு

சொந்தக்காரன். இப்படி நடக்கப்போகிறது என்றும், இப்படி நடக்குமென்று தீர்க்கமாக நம்பியவற்றையும்கூட, யார் மீதாவது பொருத்தி நடந்தது போலவே நினைவுகளாக சேகரித்துக் கொள்வான். கூடவே பத்தில் எழு சம்பவங்கள் அவனுக்கு முன்கூட்டியே நடந்தது போன்று தோன்றும். முதலில் அதை வியாதி என்று நினைத்து பயப்பட்டிருக்கிறான். பிறகு அந்த சம்பவங்களை அவன் வசதிக்கு ஏற்றார்போல 'டெவலப்' செய்து ஒரு கதையாக மாற்றி வைத்துக் கொள்வான். இதனால் என்னவோ, புருவம் நெரித்தே இருக்கும். எப்போதும் யோசனை. எப்போதும் சஞ்சலம்.

அசோக் கல்லூரி காலத்திலும் கூட தன்னை ரகசியமாக பொத்தி வைத்துக் கொண்டவன். அவன் மர்மத்தின்மீது கல்லெறிவதற்காகவே அவனை எரிச்சலூட்டி மகிழவேண்டும் என்று பழக ஆரம்பித்து பின்னர் காதலியாகியிருந்தாள் மோனிகா.

தினசரி வாழ்வில் சின்ன சறுக்கல் வந்தாலும், அந்தப் பிரச்சனை எவ்வளவு தூரம் போகுமென்று ஆராய்ந்து நொந்து போகக்கூடிய ஆசாமி அசோக். புடைத்து நிற்கும் கன்னத்து எலும்புகள் மினுங்கும் அளவிற்கு அதிசயமாக சிரிப்பான். மத்தபடி எப்போதும் நெற்றிச் சுருக்கமும், புருவ நெரிப்பும் அன்றாடம்.

அசோக்கிற்கு, தான் எந்த வயதுக்காரனாக வாழ்கிறோம் என்ற குழப்பம் உண்டு.. மாஸ்டர் டிகிரி முடித்து கேம்பஸில் தேர்வாகி, வேலைக்குச் சேர்ந்த கையோடு நடக்கும் முதல் ட்ரைனிங். அங்குதான் நடைப்பயிற்சி. மெலிந்த தேகம். எப்போதும் கட்டம்போட்ட சட்டை. மோனிகாவிற்கும் அவனுக்குமிடையில் சிரிப்பு சத்தத்தோடு நடந்த உரையாடல் என்னவென்று யோசிக்கும் அளவிற்குத்தான் சமீபமான காதல் வாழ்க்கையும். வேலைக்குச் சேர்ந்து, ட்ரைனிங் செல்வதற்கு முன் இரண்டு சனி ஞாயிறுகளை கடந்திருக்கிறான். அதிலொன்று மோனிகாவோடு.

அவனுக்கே அவனுக்கென்று தனித்த அறை கிடைக்க வேண்டுமென்ற வேண்டுதல் பலித்தது. யாருடைய வேண்டுதலில் பலித்தது என்பதை சுவாரஸ்யமான உரையாடலாக மாற்ற முயன்று இருவருமே தோற்றிருந்தனர்.

பயணக்களைப்பிற்கு குளிக்க வேண்டும் என்றவளை இடைமறித்தான். மோனிகா அவன் கண்களையும், அவன் அவளின் உதட்டையும் பார்த்துக் கொண்டு நின்றனர். அலுப்பிற்கு கொஞ்சநேரம் கண்மூடிக் கிடக்கலாம் என்று தோன்றியதால், இரண்டும்கெட்டான் மனநிலையில் நின்று கொண்டிருந்தாள். அவளாகவே முன்னேற விரும்பாமல் நின்றாள். வியர்வையின் பிசுபிசுப்பை அவனின் உடல் வழியே உலர்த்திக்கொள்ளலாம் என்றும் தோன்றியது. அசோக்கின் நிதானமின்மையின் காலம் தெரியுமென்பதால், ஒத்துழைத்தாள். நீண்ட நேரம் குளிப்பதற்கான உடலின் கொதிநிலையை அடைய அந்த நிமிடங்கள் போதுமென்று கட்டிலில் முதுகு சாய்த்தாள். உடலோடு ஒட்டியிருந்ததால் டாப்ஸோடு போராடுவதை கைவிட்டான். கவிழ்ந்து படுத்திருந்தவளின், முதுகுத் தசையை பல்தடம் அழுந்தக் கடித்து, தோற்றுப்போன ஈகோவை தீர்த்துக் கொண்டான். எந்தக்கணக்கை சரி செய்யக் கடித்தான் என்பது, தளர்ந்து கண்ணயர்ந்ததில் அவனுக்கு மறந்து போயிருந்தது.

சுடிதாரில் படிந்திருந்த, அவனின் எச்சில் கறையை நினைத்துக்கொண்டே நடந்து கொண்டிருந்தான்.

நடக்கும்போது கண்ணாடி போட்டுக்கொள்வது, வியர்வைபட்டு இடைஞ்சலாக இருக்கிறது என்று சொன்னபோது எந்த விவாதமும் செய்யாமல் சரியென்று ஒத்துக் கொண்டாள். நீலத்திற்கும் பச்சைக்கும் நடுவில் உள்ள நிறம். அல்லது இரண்டும் கலந்த நிறம். அந்த சுடிதாரையே நினைத்துக்கொண்டு நடந்தான்.

பேண்ட் இல்லாமல் ஆனால் மறைத்திருந்த டாப்ஸ் மீறித் தெரிந்த தொடை முதல் தேர்வாக இருந்தது அசோக்கிற்கு. அத்தனை வாகாக இருக்காது என்று எண்ணியவன், நொடிப்பொழுதில் அவள் முதுகை கவ்வியிருந்தான். எச்சில் சுரக்க எச்சில் வழிய அழுந்தியும், மேலோட்டமாகவும், அவளைக் கத்தவிடாமல் கடித்தான். அவளுக்கு வலிக்க வேண்டும் என்ற நோக்கத்தோடு கடித்ததாக இப்போது ஞாபகமில்லை.

எல்லாவற்றிற்கும் தர்க்கம் பேசிப் பழகியவன், முதன்முறையாகப் பேச்சற்று நின்றது, பேருந்து நிறுத்தத்தில்

நிற்கும் பொழுதுதான். சூரியஒளி போர்டில் பட்டு அசோக் கண் கூசி, அவனையறியாமல் “எங்க போற பஸ்” என்று வினவ மோனிகா வாசித்து விட்டாள்.

“கண் போச்சா டா”

மிகுந்த தலைகுனிவிற்கு ஆளானான்.

காதலிக்க ஆரம்பித்து ஒருவருடம் கடந்திருந்ததால் சட்டென எந்த முடிவும் எடுக்க முடியாதிருந்தாள் மோனிகா. பள்ளிக்காலம் முதலே கண்ணாடி போடுபவர்களை கண்டாலோ, தலையில் எங்காவது வெள்ளை நரை தென்பட்டாலோ அவர்களிடமிருந்து விலகிவிடுவாள். பழகியிருந்தாலும், அவளுக்கு நாசூக்காக நழுவிக்கொள்ளும் பக்குவம் கைகூடியிருந்தது. அவர்கள் ஆரோக்கியம் மீது வெறுப்பு கொண்டிருந்தாள்.

அன்று முதலே அவர்களின் கூடல் சுவாரஸ்யம் அற்றதாகப் போயிருந்தது. கண்ணாடி அணியத் தொடங்கிய கொஞ்ச நாளிலேயே, கண்ணாடி கழற்றினால் மாறுகண் போலத்தோன்றும் கண்களை எதிர்கொள்ளத் தயங்கினாள். அநேகமாக அவனின் மேலிருந்தபடி உரையாடுபவள், அவன் கண்களைக் கண்டு அஞ்சினாள். தன் நிர்வாணத்தின் மீது அருவருப்படைந்தாள். அவசரப்பட்டுவிட்டோமோ என்ற சொல்லும் ஒரேயொருமுறை கேட்டிருக்கிறது. உடனுக்குடன் மூட் கட் ஆவதும், கனெக்ட் ஆவதும் என, மிகுந்த அவஸ்தைப்பட்டாள். கண்மூடிப் பார்த்தாள். போலிப்புன்னகை ஒன்றை உதிர்த்து, அப்போது அவனுக்கு கண்ணாடி அணிவித்துப் பார்த்தாள். இருவரும் பேச்சை முற்றிலும் தவிர்த்திருந்தனர். அலைபேசியில் மட்டுமே அவளின் சிரிப்புச் சத்தத்தை கேட்க முடிந்தது.

முதல்மாடி. இரண்டு படுக்கையறை கொண்ட வீடு. ஹாலில் இரண்டு பேர், மிச்சம் இரண்டு படுக்கை அறையில் இரண்டு இரண்டு பேர் என்று மொத்தம் ஆறு பேர் தங்கியிருந்த வீட்டில், மோனிகா கொஞ்சம் கொஞ்சமாக வரத் தொடங்கியதும், மிச்சம் ஐந்து பேரும் கல்லூரி ஹாஸ்டலுக்குச் சென்று விடுவதை வழக்கமாக கொண்டிருந்த்தனர். ஒரேயொருமுறை கீழிருந்து அவள் மாடிக்குப் படியேறிச் செல்வதைக் கண்டிருக்கிறான். பிறகுதான் கடிக்கப் பழகினான்.

"வாக்கிங் கிளம்பிட்டியா" என்று மோனிகாவிடம் இப்போது ஒரு அழைப்பு வந்தால்போதும், பறவையின் நிழலைப் பற்றி சொல்லிவிடலாம். ஆனால் அவளோ "வாக்கிங் போ" என்ற குறுஞ்செய்தியோடு நிறுத்தி விட்டாள். அசோக்கால் மோனிகாவிற்கு அழைக்க முடியவில்லை. அலைபேசியை கையில் எடுப்பதும் அவள் பெயரைப் பார்ப்பதுமாக தவித்துக் கொண்டிருந்தான். இடப்பக்க பேண்ட் பாக்கெட்டில் இருந்த கார்ட் ஹோல்டரை கையிலெடுத்து கீழிருந்து தள்ளியதில், அவனுக்குப் பிடித்த "ஸ்பேடு" மட்டுமே அடங்கிய சீட்டுகள் எட்டிப்பார்த்தன.

பதிமூன்று கார்டுகளோடு சேர்த்து ஒரு ஜோக்கரும் இருக்கும். ஒரு கார்டை உருவி திருப்பிப் பார்த்தான். அவனின் பைக் நம்பர் ப்ளேட் எண்ணைக் கூட்டி, 'ஆறு' என்று மோனிகா சொன்ன அதே "ஆறு". அவளுக்குச் சாதகமாக விழுந்ததை வைத்து, அவளுக்கு அழைத்துவிட முடியுமா என்ன? உருவிய கார்டை விரலிடுக்கில் நகர்த்திக்கொண்டே நடக்கத் தொடங்கினான்.

விரிப்புகளற்ற பச்சை நிறக்கட்டிலில், வியர்வை பிசுபிசுப்பில் அவள் முதுகில் ஒட்டியிருந்த கார்டும் 'ஆறு'. "ஆர்ட்டீன் ஆறு".

அசோக் இன்னும் மூன்று நாட்கள் இந்த கிரவுண்டில் நடக்க வேண்டும். கண்பார்வை குறித்தான மோனிகாவின் கேள்வி போலவே, "உனக்கு என்ன தொப்பை இவ்ளோ இறங்கியிருக்கு" என்ற கேள்வியும். ஒல்லியான தேகம் என்றாலும் துருத்திக் கொண்டு நிற்கும் அடிவயிற்றுத் தொப்பை அவனை பதில் சொல்லவிடாது வாயடைத்திருந்தது.

மோனிகா இன்னும் அவனுக்கு சலிக்கவில்லை. புத்தம் புதியதாகத்தான் இருக்கிறாள். இருந்தும் அவளின் இரண்டு கேள்விகள் தினந்தோறும் இம்சித்துக்கொண்டு இருந்தன. எதிர்கொள்ளத் தெரியாமலும், அதிலிருந்து விடுபடத் தெரியாமலும், அவளோடு பேசிக் கொண்டுதான் இருந்தான். திட்டமிட்டே அவள்சென்னையையும், இவன்கோயம்பத்தூரையும் தேர்ந்தெடுத்தார்கள். சண்டையின் தீவிரம் புரிந்து எடுத்த முடிவு. 'அடிக்கடி சண்டை வருது என்ற அவளின் புரிதலுக்கு அசோக்கும் ஆமாம் என்றான்.

ரமேஷ் ரக்சன்

எப்போதும் கீ போர்டைப் பார்த்து தலைகுனிந்திருக்கும். கீ போர்டை கொஞ்சம் உள்ளே நகர்த்தி வைத்துவிட்டு அதில் மொபைல் வைத்திருப்பான். சிறு இடைவெளி கிடைத்தாலும், அலைபேசியை எடுத்துக்கொண்டு வெளியே சென்றுவிடுவான். அழைக்கத் தோன்றி அழைக்கிறோமா, அப்படியே பழக்கமாகி விட்டதா என்ற தெளிவற்ற காலம். வேலைக்குச் சேர்ந்த இரண்டு வாரத்திற்குள், இரண்டு மூன்று நிமிடங்கள் பேசிவிட்டு பவ்யமாக உள்ளே வந்தவன், பதினைந்து நிமிடத்திற்குமேல் எடுத்துக் கொள்ளத் தொடங்கியிருந்தான். ட்ரைனிங் பீரியட் என்பதால் அவனுக்கும் வசதியாகப் போய்விட்டது.

மோனிகா அழைப்பை எடுத்துவிட்டாள். எதுவும் பேசாமலே காதில் அலைபேசியை வைத்துக்கொண்டு மேலாளரை கடக்கும்போது அவனை நிறுத்தி இப்படிச் சொன்னார். "நம்மகிட்ட அப்பப்போ எட்டிப்பாக்குற சின்னச்சின்ன சைக்கோத்தனங்களை எல்லாம் தொலைக்கிறதுக்கு ஒரே வழி பர்ஸ்ட் லவ்வ ஃபெயிலியர் ஆக்குறது தான்" சீக்கிரம் பண்ணு அப்போதான் வாழ்க்கைல ஜெயிக்க முடியும்.

சிரித்துக்கொண்டே கூட பதில் சொல்லும் அளவிற்கு இன்னும் அலுவலகத்தில் பழகவில்லை. இருந்தும் சிரித்துக்கொண்டான். மேலாளர் சொன்னதற்கான பதிலை தனக்குத்தானே சொல்லத் தெரியாமல் வெளியேறினான். மோனிகாவுடன் இதுபற்றி உரையாடுவது அவசியமற்ற விஷயம் என்று எதற்குத் தோன்றியதோ, தெரியாது. ஆனால் அழைப்பைத் துண்டிக்கும்வரை அந்த நினைப்பே இல்லாமல் பேசி முடித்திருந்தான். முதலில் மோனிகாவைப்பற்றி யோசிக்க நினைத்தான் பிறகு தன்னிடம் இருக்கும் சைக்கோத்தனங்களை யோசிக்கத் தொடங்கினான். எதையெல்லாம் அதனுள் பொருத்திப் பார்ப்பது என்ற குழப்பம் வேறு இருந்தது. மோனிகா எங்கெல்லாம் இவனைப் பேசவிடாமல் மடைமாற்றினாள் அல்லது அழைப்பை துண்டித்தாள் என்று யோசிக்கத் தொடங்கினான். முதல் தடவை இவனைப்பார்த்து "கேனை மாதிரி பேசாத" என்று திட்டும்போது அசோக் அழைப்பைத் துண்டித்திருக்கிறான். அதன்பிறகு எல்லாமே அவள் "லூசு மாதிரி கேள்வி கேட்காத" என்பாள். எல்லாமே

‘கேனை’ தான் என்ற முடிவிற்கு, மேலாளர் சொன்னதிலிருந்து யோசிக்கத் தொடங்கினான்.

மோனிகா உடல் மீதுள்ள குவியலில்லாத தேடல், அவனை முடிவெடுக்க விடாமல் செய்திருந்தது.

காலையில் அலுவலகம் கிளம்பும்போதே, பயணத்திற்கான முன்னேற்பாட்டோடு வந்திருந்தான். தனக்குத்தானே பேசிக்கொள்ள முடியாததன் தீவிரம் அதிகமாகிப்போக, யாரிடமாவது சொல்லிவிட வேண்டுமென்ற பதற்றம் என்னவோ செய்துகொண்டிருந்தது. உரையாடலின் பக்கம் எடுத்த எடுப்பில் எப்படி நகருவது என்ற குழப்பம். எல்லாம் மேலாளர் சொன்னதிலிருந்து வந்ததா அல்லது, ஏற்கனவே தன்னிடமுள்ள குழப்பத்திற்கான தீனியா என்பதை கண்டடைய முடியாமலும், ஒத்துக்கொள்ள முடியாமலும், மாட்டிக் கொண்டதன் பரிதவிப்பே இத்தனைக்கும் காரணம் என்ற விளக்கத்தை யாராவது சொன்னால் நன்றாக இருக்கும்.

கடைவாய் வலிக்கத் தொடங்கியது. அகலமாக வாய் திறந்து மூடினான். காது அடைத்திருந்தது போலிருந்தது. இழுத்து விட்டுக்கொண்டான். முதல்முறை மோனிகா அறைக்கு வருவதற்கு ஒத்துக்கொண்டதை வலுக்கட்டாயமாக நினைக்கத் தொடங்கினான். பேருந்து நிலையம் வந்துசேரும்வரை வழியெங்கும் உடல் ஒத்துழைக்க மறுத்துக் கொண்டே வந்தது. பின்னந்தலையை அழுந்தப் பிடித்துக்கொண்டு முயற்சித்துக் கொண்டிருந்தான். சாலை என்பதால் பிடித்துக்கொண்டே நடக்க முடியாமல், ஸ்டைல் பண்ணுவதுபோல ‘பாவ்லா’ செய்துகொண்டான்.

பேருந்தில் ஏறிவிட்டு அழைப்பதாக சொல்லியிருந்தான். அந்த மனநிலை விட்டுப்போயிருந்தது. அழைக்க வேண்டிய கட்டாயம். அவனுக்கு சொல்வதற்கு காரணம் ஏதுமில்லாமல் இருந்தது. அவளாகவே எதையாவது பேசி துண்டித்துவிட்டால் நன்றாக இருக்குமேன்று தோன்றியது. ஒரு மெசேஜை அனுப்பிவிட்டு, வாட்சப் பக்கம் போகாமல் அவள் அழைப்பிற்காக காத்திருந்தான். இவனுக்கான பொய்யை அவளால் உற்பத்தி செய்யமுடியுமென்று நம்பினான்.

“டெலிட் பண்ற அளவுக்கு என்ன அனுப்பின?”

***

பறவையின் நிழல் ஒரேயடியாக தன்னை மாற்றி விட்டதாக நம்பினான். நிழலை நினைத்துக்கொண்டே மோனிகாவிற்கு அழைத்தான். தானாகவே அழைக்கிறோம், என்பது அவனுக்குப் புன்னகையை வரவழைத்தது. நாற்பத்தி நான்கு செகண்ட்களும் தீர்ந்துவிடுமோ என்று ரிங் ஆகிக் கொண்டிருக்கையில் ஒன்று இரண்டு என்று எண்ணத் தொடங்கினான். முன்பைவிட மோனிகாவை கூடுதலாகப் பிடித்திருப்பதுபோல் சட்டென்று தோன்றியது.

***

“அவன் ஃபோன் எடுத்ததே எனக்குத் தெரியலடி. அட்டென்ட் பண்ணும்போது ஆகுற வைப்ரேட் கைல ஃபீல் ஆன மாதிரியே இல்ல. ஆனா அவன் பேசாமலேதான் வெளிய வந்தான். அதுமட்டும் தெரியும். காதுல வைக்காம ஃபோன கைல வச்சிருந்தா கேட்டிருக்காது.” – மோனிகா திரையில் அவன் பெயரைப் பார்த்துக் கொண்டே பேசினாள்.

“கேட்டிருந்தாஅவன்உன்கிட்டகண்டிப்பாகேட்டிருப்பானே?”

“அவனுக்கு கேட்டிருந்தாலும் அவன் கேக்கமாட்டான். அந்த அளவுக்கு அமுக்குணி. எடுத்துட்டானான்னு நான் பார்க்கும்போது மேனேஜர் ஏதோ அவன்கிட்ட சொல்லிட்டு இருந்தார்.”

“அப்படின்னா நிச்சயமா கேட்டிருக்காது.”

“இருடி அவன்கிட்ட பேசிட்டு வரேன்” என்று இருக்கையிலிருந்து எழுந்தாள் மோனிகா.

“அவன் புருஷன் ரோலுக்கு செட் ஆக மாட்டான்னு முடிவு பண்ணிட்டுதான் லவ் பண்ணவே ஆரம்பிச்சியா?”

***

“சொல்லுடா”

“வாழ்க்கைல முதல் தடவை; பறவையோட நிழலை தரைல பார்த்தேன். எனக்கென்னவோ இனிமேல் நம்ம லவ், பிரச்சனையே இல்லாம போகும்னு தோணுது.”

அசோக் செய்த சத்தியத்தின் மீதான உண்மைத்தன்மையை "ஒருவேளை கேட்டிருப்பானோ" என்ற மனக்குரலோடு யோசிக்கத் தொடங்கினாள் மோனிகா.

# கலைடாஸ்கோப்

அத்தனை இருக்கைகள் காலியாக இருந்தும், மெட்ரோவின் வழித்தட வரைபடத்தை வெறித்துப் பார்த்தபடி நின்று கொண்டிருந்தாள் சுமித்ரா. அவளுக்கு கொஞ்சம் கொஞ்சமாக வழித்தடப்பெயர்கள் மங்கலாகிக்கொண்டே போயின. சிரித்துக்கொண்டே சுரேந்தரிடம் இதற்கு அப்புறம் டிவோர்ஸ் முடிந்தபிறகுதான் அதுவரை விரதமென டவலை மாராப்பாக்கிக்கொண்டு படுக்கையறையோடு கூடிய கழிப்பறைக்குள் நுழைந்து ஷவரைத் திறந்தது ஞாபகம் வந்தது. அவள் விரும்பி வாங்கிக்கொண்ட “மார்க்குகளை” அதன் ஆயுளை அசைபோட்டுக்கொண்டு நின்றாள். கால் பெருவிரலுக்கும் மெட்டி விரலுக்கும் நடுவில் வழிந்து நீரோடு நீராக சிவப்பு நிறத்தில் கலந்து ஓடிய ஓர் விடியற்காலையில் கால் நடுவில் பாம்பு புகுந்துவிட்டது போல சுரேந்தர் துள்ளியதும், ‘சரி போ’-வென பாவம் பார்த்து வெளியில் விட்டதையும் நினைத்துக்கொண்டாள்.

கதவு திறக்கவும், ஏர்பாட்ஸை காதிற்குள்ளிருந்து உருவி வெளியே எறிந்ததுபோல கற்பனை செய்துபார்த்துவிட்டு தோள் பைக்குள் பத்திரப்படுத்தினாள். தான் இறங்க வேண்டிய தொலைவு, இன்னும் தொலைவாக இருந்தால் நன்றாக இருக்கும் என்று தோன்றியது. ஏர்பாட்ஸை உள்ளேதான் வைத்தோமாவென மீண்டும் உறுதி செய்தாள். கதவு தன்னைத்தானே தாழிட்டுக்கொண்டதும் ட்ரைன் கிளம்பியது.

இரவு உணவு முடிந்ததும், மகள் அவளுக்கான படுக்கையறைக்குள் நுழைந்து பூட்டிக்கொண்ட பிறகு,

பால்கனியில் நின்று நட்சத்திரங்களின் சாட்சியாக இருவரும் சேர்ந்து விவகாரத்திற்கான வரைவைப் படிக்க வேண்டும்.

இத்தனை வருஷ தாம்பத்திய வாழ்க்கையில, நம்ம டிவோர்ஸ்க்கு இனிஷியேட் எடுத்தபிறகு நீ நினைச்சிக்கிட்ட / நினைச்சிக்கிற கூடல் எது? கார் ஓட்டிக்கொண்டிருக்கும் சுரேந்தருக்கு அனுப்பிவிட்டு தன் மகள் நிவேதிதாவின் வாட்சப்பிற்குள் நுழைந்து அவள் இதுவரை அனுப்பியிருந்த செல்ஃபிக்களை பார்த்துக் கொண்டிருந்தாள். கைப்பட எழுதினால் தன் பலகீனம் மொழியின் நெளிவுகளின் வழியே வெளிப்பட வாய்ப்பு அதிகம் என்பதால் கொஞ்சம் கொஞ்சமாக அலைபேசியில் தட்டச்சு செய்து, விடுபட்ட இடங்களில் சேர்த்து, கத்தரிக்க வேண்டியவைகளை கத்தரித்துவிட்டு தயார் நிலையிலிருந்த ஏவுகணையை மனதிற்குள் ஓட்டிப்பார்த்தாள். திருப்திதான். சுரேந்தரும் தயார் செய்திருப்பான். அவன் ஒரு தகப்பனாக என்னவெல்லாம் எழுதியிருப்பான்? படிக்கக் கேட்கக்கூடாது என்பதுதானே முன்னமே கூறிக்கொண்டது. சுரேந்தர் நல்ல தகப்பனாக ஸ்கோர் செய்துவிட்டுப் போய்விடுவான். புருஷனாக மட்டும் எந்தக் குறையும் இல்லைதான். மறதியும் மன்னிக்கும் வேகமும், மன்னிப்பு கேட்கும் துணிவும் இவ்வளவு தூரம் கொண்டு வந்திருந்தாலும் இந்த 22 வருடங்களில் சொல்வதென்றால் யோசித்து யோசித்துதான் சொல்ல வேண்டும். ‘ஆனா போதும்னு தோணிடுச்சே’.

பத்திரப்படுத்திய ஏர்பாட்ஸை மீண்டும் காதில் மாட்டினாள். ‘மாசறு பொன்னே வருக’-வை மீண்டும் ஒலிக்கவிட்டாள். அழாமல் இருப்பதற்கான சாத்தியங்களை இந்தப்பாடலின் மூலம் திரும்பத்திரும்ப சோதித்து வெற்றிகொண்ட களிப்பினை இம்முறை அகத்தில் உணர்ந்தபின் இரவை கொண்டாட்டமாக எதிர்கொள்ள முடியுமென நம்பினாள். அலைபேசியை பைக்குள் வைக்கும்முன் எதற்கும் பார்ப்போமென சுரேந்தரின் திரைக்குள் நுழைந்தாள். Typing... என காட்டியது. ஆட்டோவில் செல்லும்போது படித்துக் கொள்ளலாமென நிதானம் கொண்டாள்.

ஆரம்பத்தில் கொண்டாட்டமாகத்தான் இருந்தது. போகப்போக தனக்கே தெரியாமல் தன் அறைக்குள் நுழைந்துவிட்டதை

உணரத்தொடங்கியதும், அவனிடமிருந்து தப்பியோடப் போராடவே நேரம் சரியாக இருந்தது. எந்த ரீல்ஸ்-களெல்லாம் இவள் காதலோடு ஒத்துப்போனதோ அதையெல்லாம் மீண்டுமொருமுறை பார்த்தாள். அவன் அறைக்குள் இருக்கிறானா அல்லது தன் அலைபேசிக்குள் இருக்கிறானா என்று, சந்தேகம் இரண்டானது. ஒருமுறை சிக்னலில் வைத்தும் இன்னொருமுறை காதலர் தினத்தன்றும் தற்செயலாக பார்த்ததையும், மனதுக்குள் ஓட்டிப்பார்த்தாள். சந்தேகமேயில்லை திட்டமிட்டுத்தான் பின் தொடருகிறானென உறுதி பூண்டாள். இருவருக்கும் காதலிப்பது தெரியும். ஆனால் இன்னும் காதலைச் சொல்லிக் கொள்ளவில்லை. காதலிக்கிறோம். தான் காதலிப்பவனும் தன்னையே காதலிக்கிறான் அதற்கான அத்தனை நிகழ்வுகளும் அந்தக் காதலை சொல்லிவிடாமல் எவ்வளவு முடியுமோ அவ்வளவு நீட்டிக்கலாமென சுமந்து திரிந்த கனவெல்லாம் கண்ணாமூச்சி ஆடியது.

பிறந்தநாள் பரிசாக ஆப்பிள் ஷோ-ரூமில் கொண்டு நிவேதிதாவை நிறுத்தியபோது இப்போதைக்கு வேண்டாமென மிகப்பொறுமையாக மறுத்துவிட்டு வீடு திரும்பியதிலிருந்து நிவேதிதா மீது சுமித்ராவிற்கு ஒரு கண்.

நிவேதிதா செல்பி எடுப்பதை நிறுத்தினாள். வீட்டிற்குள் வாழும் தாவரங்களையும் தன் படுக்கையறைக்குள் வாழும் மீன்களையும் புகைப்படம் எடுப்பதை நிறுத்தினாள். விதவிதமாக கால்களை புகைப்படம் எடுப்பதை நிறுத்தினாள். ஆனாலும் அவனது ரீல்ஸ்களெல்லாம் தனது தினசரிகளை பிரதிபலிப்பதால், முன் பக்க கேமராவில் டேப் வைத்து ஒட்டினாள். பிறகு பின் பக்க கேமரா. மைக்கை கண்டுபிடித்து ஒட்டு கேட்கவிடாமல் அதையும் தடுத்தாள். மூன்று மாதங்களாக மடிக்கணினியையும் ஓரம் வைத்துவிட்டாள். ஹெட்போன் பயன்படுத்துவதை தவிர்த்தாள். கடைசி செமஸ்டர் சுற்றுலா செல்வதற்காக அப்பா கொடுத்திருந்த பத்தாயிரத்திலிருந்து, இரண்டாயிரம் எடுத்து கேமரா இல்லாத செல்போனை வாங்கினாள். ஆடையுடுத்துவதிலும், அலங்கரித்துக் கொள்வதிலும் நிவேதிதா தன்னை மாற்றிக்கொள்ள ஆரம்பித்ததும், இதுநாள் வரை கருதிவந்த மகளின் சுதந்திரத்தின் மீது சந்தேகம் வந்து, அவளை அமர வைத்துப் பேசியதில், இன்ஸ்டாகிராமில் இயங்கிவரும்

பிரபலத்தின் ஐடியைத்தவிர எதுவுமே உண்மையில்லையென புரியவைக்க மனநல மருத்துவரும் சிகிச்சையும் தேவைப்பட்டன.

அருணன் சொன்ன கதையைக் கேட்டுவிட்டு ஆறுதலுக்காக, தனக்கு நடந்து கொண்டிருக்கும் சிகிச்சையை சொல்லலாமா அல்லது, தனது பெற்றோர் பிரிந்த சுவாரசியமான கதையைச் சொல்லலாமா என்ற குழப்பம் மேலோங்கியது. அதற்கு முன்னால் சந்தேகப்பட்டு தலைக்கவசத்தை கழட்டச் சொன்னதற்காக மன்னிப்பு கேட்டாள். கழட்ட சொல்றதுக்கு உங்களுக்கு உரிமை இருக்கு. மன்னிப்பு கேட்கத் தேவையில்லையென்றான்.

Cash mode தான் போட்டேன். இப்ப கையில பணமா கொடுக்க கூச்சமா இருக்கு. நம்பர் சொல்லுங்க கூகுள் பே பண்ணிடுறேன்.

எழுதி முடித்த கடிதத்தை தன் மகள் என்னவெல்லாம் செய்ய வாய்ப்பிருக்கிறது என்பதே சுரேந்தருக்கு முதல் யோசனையானது. படித்த வேகத்தில் கிழித்துப்போடுவாளா இல்லை கட்டிப்பிடித்து அழுவாளா ஏற்றுக்கொள்வாளா எங்களது சுயவிருப்பமென எந்த ஆர்ப்பாட்டமும் இல்லாமல் அவரவர் திசையில் வழியனுப்பி வைப்பாளா? எல்லா யோசனைகளுக்குப் பின்னால் நிவேதிதா எப்படியெல்லாம் பத்திரப்படுத்தி வைப்பாள் என்றே யோசித்தார். காலம் முழுக்க வைத்துக்கொள்ள லேமினேட் செய்வாள். Frame செய்து தனது பெட்டிக்குள் பத்திரப்படுத்துவாள். அலைபேசியிலிருந்து ஸ்கேன் செய்து மெயிலுக்கு மாற்றி வைப்பாள். இரண்டே பக்கத்தில் முடிந்து போன கடிதத்தை மடிக்கக்கூடாதென தீர்மானித்திருந்தார். கொரியர் கவரிலிருந்து வெளியிலெடுத்து, மேலே கொஞ்சம் மிச்சமிருந்த இடத்தில், சிகிச்சையிலிருக்கும் மகளிடம் இப்படி ஒரு செய்தி சொல்ல நேர்ந்ததற்காக மன்னிப்புக்கேட்டார். மன்னிச்சிரு பாப்பா. உள்ளங்கையை நன்றாக துடைத்துவிட்டு மீண்டும் கவருக்குள் வைத்தார்.

நிம்மதிப் பெருமூச்சுடனே விவாகரத்தான வாழ்வை அருணன் எதிர்கொண்டான். ஆனால் காமம் காட்டாற்று வெள்ளமாகத் திரளும் அருணனுக்கு துணை தேவைப்பட்டது. தன் முன்னாள் மனைவியை பழி தீர்த்துக்கொண்டதை எத்தனை நாளைக்குத்தான்

நினைத்து நினைத்து புளங்காகிதம் அடைய முடியும்?. அவள் அனுமதியோடு அலைபேசியில் எடுத்து வைத்திருந்த காணொளிகளை அழித்தான். வெள்ளி இரவையும் சனிக்கிழமை இரவையும் திரையரங்கிற்கென்று நேர்ந்துவிட்டவன் போல தவறாது படம் பார்க்கச் சென்றான். படம் முடிந்த கையோடு, திருநங்கைகள் நிற்கும் சாலையில் பைக்கை மெதுவாக இயக்குவான். ஆனால் பேரம் பேச நிறுத்தச்சொல்லி அவர்கள் கை நீட்டினாலும் நிறுத்தமாட்டான், பார்த்துக்கொண்டே செல்வான். இரவு ஒரு மணி ஆகியிருக்கும். ஏக்கத்தின் நெருப்பினை அணைக்க ஒரு தேநீர் குடிப்பான். விடுதி வாசலில் அமர்ந்திருக்கும் செக்யூரிட்டிக்கு ஒரு சிகரெட் வாங்கிக்கொண்டு அறைக்குத் திரும்புவான். இருவர் தங்கும் அறையில், முழு வாடகை கொடுத்து தங்கியிருந்தான். முகம் கழுவி படுக்கச்செல்லும் முன் தலையிழுப்பான். படுக்கையில் சாயந்ததும் ஏதோவொரு பெண் பேச்சுக் கொடுத்து அவனை, அவள் வீட்டிற்கு அழைத்துச்சென்று மூர்க்கத்தனமாக இருவரும் புணர்ந்ததாக நினைத்துக்கொள்ள ஆரம்பிப்பான். அந்தப் பெண் அலுவலகத்தில் வேலை பார்ப்பவளாகவோ, பால்யத்தில் நினைத்து கைக்குள் திரண்ட பெண்ணாகவோ, பார்ன் நடிகையாகவோ இருக்குமோ என்றால் இருக்காது.

இருவருக்கும் சுமையாக இருந்துவிட்டதாக ஒருபோதும் நீ எண்ணிவிடக் கூடாதென்பதில் நானும் அம்மாவும் தீர்க்கமாக இருக்கிறோம். நீ எங்களுக்கு குடும்ப பொறுப்பா அல்லது சமூகக்கடனா என கேட்டால் அதுவுமில்லை. நீ எங்கள் மகள். விலங்கினங்களும், பறவையினங்களும் தம் குட்டிகளுக்கு வேட்டையாடவும், வேட்டையிலிருந்து தப்பவும், இரை உண்ணவும் தன்னிச்சையாக பழக்கப்பட்டபிறகு அவரவர் போக்கில் விட்டுவிடுவது போலவே இதுவும் ஒன்று. இது உனக்கு தாமதமான முடிவாகவோ அல்லது சீக்கிரமான முடிவாகவோ தெரியலாம். ஆனால் அம்மாவிடமிருந்து அம்மாவை கழி. அப்பாவை கழி. எஞ்சியிருக்கும் இருவரும், அவரவராக வாழ எடுத்த முடிவு. இந்த வீட்டில் சிறு சஞ்சலமோ, அல்லது வீடதிர நானோ உன் அம்மாவோ பேசி நீ கேட்டிருக்க மாட்டாய். அப்படியிருந்தும் இந்த விவகாரத்து ஏன் என்ற கேள்வியை நீ எங்களிடம் கேட்டுவிடக்கூடாது என்பதற்காகவும் தான் இதை எழுதுகிறேன்.

இருவரும் 45 கடந்து நிற்கிறோம். எங்களுக்குள் ஏதோ ஒன்று நிறைந்துவிட்டது. நிறைந்துவிட்ட ஒன்றில் இருக்கும் சுதந்திரம் எங்கள் இருவரையும் மிகவும் அச்சமூட்டுகிறது. எங்களுக்கே நாங்கள் முதியவர்களாகவும், கூடடைந்தால் இந்த வீடு முதியோர் இல்லமாகவும் காட்சி தருகிறது. இதில் உன் பங்கு என்ன? நீயாவது உன் நண்பர்களோடு மிக சுதந்திரமாக அம்மா அப்பா என்கிற நினைப்பில்லாமல் வாழ வாய்ப்பாக இருக்கட்டுமே என்கிற எண்ணமும் அவ்வப்போது எட்டிப்பார்க்கிறது.

நாங்கள் இருவருமே தனக்குக் கிடைக்காதது தன் பிள்ளைக்கு கிடைக்க வேண்டும் என்கிற மனநிலையிலிருந்து விடுபட்டவர்கள். அதுவே உன்மேல் எந்த திணிப்பும் இல்லாமல் பார்த்துக்கொள்ள ஏதுவாக இருந்ததாக நானும் உனது அம்மாவும் நம்புகிறோம். அதையும் மீறி உன் தேவை குறித்தும் வருங்காலம் குறித்தும் கணக்கில் கொண்டுதான், லோன் முடிந்த வீடு, கார் என்ற நிலையை எட்டியிருக்கிறோம். அப்படியானால், பாரமாகத்தான் இருந்தோமா என இந்த இடத்தில் உனக்குத் தோணலாம். நிச்சயமாக அப்படியில்லை. உனக்கு அறிவுரையென்று சொல்ல என்னிடம் ஒன்றுமில்லை. மனிதருக்குள் நிகழ வேண்டியது பரஸ்பர மரியாதை தானே தவிர அன்பல்ல என்பது எத்தனை உண்மை!

அந்த மரியாதையை உன்னிடமே விட்டுவிட விரும்புகிறோம். அதுவே உன்னிடம் கலந்துரையாடவோ அல்லது தகவலாகவோ அறிவிக்க அவசியமற்றுப் போனது. இந்த அளவு கடந்த நிம்மதியும் பேரமைதியும் எங்கள் மிச்ச ஆயுளை பாதிக்குமென தீர்க்கமாக நம்புகிறோம். அவரவர் பாதையில் வாழ்ந்து பார்க்க விரும்புகிறோம். அதற்கு இந்த விவாகரத்து நிச்சயம் அவசியப்படுகிறது. நானோ அம்மாவோ பிரிவு உண்டு பண்ணும் வலியில் திரும்ப வந்து ஒருவருக்கொருவர் காயப்படுத்திக்கொள்ளக்கூடாது என்பதற்காகவும், யாருக்கும் யார்மேலேயும் உரிமை இருந்துவிடக்கூடாது என்பதற்காகவும் இந்த முடிவு. ஆமாம் நாங்கள் அன்பைக் கண்டு மிக மிக அஞ்சுகிறோம். அன்பின் வன்முறையே நீ. அதற்காக இந்த மானசீக மன்னிப்பு.

இருவரில் யார் முன்னெடுத்தது என்கிற கேள்வி உன்னிடம் எழாதபடி வளர்த்திருக்கிறோமென நம்புகிறேன். - இந்த வரிக்குக் கீழ் இரண்டுவிரல் அளவிற்கு இடைவெளியிருந்தது சுமித்திராவின் கடிதத்தில்.

இதற்குமேல் படிக்க அவசியமற்றுப்போன கடிதத்தை மடித்தாள். முதலில் கடிதத்தின் கரையோரம் ஸ்டாப்ளர் அடித்துக்கொண்டே வந்தவள் ஆத்திரம் மேலிட, கிடைக்குமிடமெல்லாம் ஸ்டாப்ளர் அடித்தாள். அவளே நினைத்தாலும் என்றாவது ஒருநாள் ஒவ்வொரு பின்னாக கழட்டி படிக்க முடியாது. அந்த அளவிற்கு அதில் பின் அடித்து தன் ஆத்திரத்தை தணித்துக்கொண்டதாக சொன்னதும், சுமித்திராவின் முகத்தைப் பார்க்க விரும்பினான் அருணன். ஆர்வத்தை முகத்தில் வெளிப்படுத்துவதோடு நிறுத்திக்கொண்டான். கேட்கத்தயக்கம். ஆனால் அப்பா என்ன எழுதினாரென கேட்டான். அது ரகசியம் என்றாள் நிவேதிதா.

உரையாடல் துண்டானதை உணர்ந்தவள், நீங்க ஏன் ஒருநாள் கூட பைக் நிறுத்தி அவங்ககிட்ட எவ்வளவுன்னு கேட்டுக்கல? என்றாள்.

அதற்கு தைரியமில்லாமல்தான் இந்த வழியை தேர்ந்தெடுத்ததாகவும், யாராவது பேச்சுக்கொடுத்து நட்பாக்கி எதுவரை போகுமோ அதுவரை போகட்டுமே என்று பகல் கனவில் வாழ்ந்து கொண்டிருப்பதாகவும் ஒருவரியில் சொல்லிவிட்டு அமைதி காத்தான். அதில் சபலமோ, சஞ்சலமோ எட்டிப்பார்க்கவில்லை. அதற்குப்பதிலாக ஓர் அமைதியின்மை இருந்தது. கொடுத்தாலும் சூடிக்கொள்ளத் தெரியாத ஓர் அமைதியின்மை இருந்தது. அதை தினம் போர்த்திக்கொண்டு தூங்கும் லாவகமும், பக்குவமும் இருந்தது. அதனாலே ஆமாம் / இல்லை யென பதில் சொல்லும் வகையிலொரு கேள்வி நிவேதிதாவிடம் இருந்தது. அதை கேட்காமல் அவனை மன்னித்தாள்.

அது யாருக்காகவுமில்லை.

# சதுரச்சக்கரம்

“ராத்திரி சாப்பிட்டதும், அபார்ட்மெண்ட் சுத்தி ரெண்டு பேருமா சேர்ந்து ஒரு 45 நிமிஷம், அட்லீஸ்ட் அரைமணி நேரமாச்சும் நடந்துட்டு வாங்கன்னு சொன்னா மூட்டு வலி, மூச்சு வாங்குது, நடக்க முடியாது, வயசாகுதுன்னு சொல்லிட்டு இதுக ரெண்டும் பண்ணி வச்சிருக்க வேலையப்பாரு.”

*CCTV*-யிலிருந்து கத்தரிக்கப்பட்ட துண்டுக்காட்சியையும் இணைத்து வாட்ஸப்பில் கொதித்திருந்தாள் மிருதுளா.

ஒருநாளைக்கு ஒரேயொரு சிகரெட் என்ற நிலைக்கு வந்து சேர்ந்திருக்கும் அமுதன் மதிய சாப்பாட்டை முடித்துவிட்டு, அலுவலகத்திற்கு எதிரே உள்ள பெட்டிக்கடையில் நண்பர்களோடு புகைத்துக்கொண்டிருந்தான். மிருதுளாவிற்குப் பொறுமையில்லை. முதலில் மிஸ்ட் கால் கொடுத்தாள். பேண்ட் பாக்கெட்டில் ஃபோன் வைத்துப் பழகியவனுக்கு அந்த ஒரு செகண்ட் ரிங் காதிற்கு எட்டவில்லை. மிருதுளாவிற்கு அமுதனின் குரலைக் கேட்பதிலும் விருப்பமில்லை. அது அவன் முகத்தைப்பார்த்து சொல்வதாகப்பட்டது. அதை அப்போதைக்கு விரும்பாதிருந்தாள். அதனால் மறுபடியும் அழைத்தாள். அழைப்பை ஏற்கவும், துண்டித்துவிட்டு வாட்ஸப் பார்க்கச் சொல்லி டெக்ஸ்ட் மெசேஜ் அனுப்பியிருந்தாள். திரையில் வந்து விழுந்த மெசேஜை பின் தொடர்ந்து வாட்ஸப்பிற்குள் நுழைந்தான்.

டவுன்லோட் செய்யாமலே என்ன நிகழ்ந்திருக்கிறது என்பதைப் புரிந்துகொண்டவன், மிருதுளா ஆன்லைனில் இருப்பதைப் பார்த்துவிட்டு, அலுவலகத்திலிருந்து நேராக பீச் போகலாம். அங்கு இதைப் பேசிக்கொள்ளலாமென தகவல்

அனுப்பினான். கோபத்திலிருக்கும் போதெல்லாம் ஆமோதிக்கும் விதமாக அவளிடமிருந்து வரும் ஒற்றைப்புள்ளிக்கு காத்துக் கொண்டிருந்தான். பெருமூச்சிட்டபடி பேண்ட் பாக்கெட்டில் போனை போட்டுவிட்டு கார் பார்க்கிங் தாண்டி லிப்ட் அருகில் வரவும், எதற்கும் வீட்டு நிலவரத்தை தெரிந்து கொள்ளலாமென, அம்மாவிற்கு அழைத்தான். பாப்பா பெட்ரூமில் தூங்கிக் கொண்டிருப்பதாகவும், அப்பா குழந்தை தூங்கும் அழகைப் பார்த்துக் கொண்டிருப்பதாகவும் சொல்லிவிட்டு, மதியத்தில் அழைத்ததற்கான காரணத்தைக் கேட்டாள் அமுதனின் அம்மா. ‘சாயங்காலம் நானும் அவளும் பீச் போய்ட்டு கொஞ்சம் லேட்டாதான் வருவோம் அத சொல்லத்தான் கூப்ட்டேன் என்றான். சாயங்காலம் ஆனால் குழந்தை தேடுமே என்றதும், குழந்தையின் தேடலை மிஞ்சிய எரிச்சல் எட்டிப்பார்த்தது. ‘கொஞ்சம் சமாளிங்க’ – அழைப்பைத் துண்டித்தான்.

தன் அப்பா அம்மாவிடம் நேரடியாகக் கேட்டு அசிங்கப்படுத்தாமல், தன்னிடம் கொண்டு வந்தது அவனுக்கு ஆறுதல். மணியைப் பார்த்தான். இன்னொரு தம் அடிக்கும் நேரமிருந்தது. அதற்கான அவசரமும் அவசியமும் இருந்தது. கோபத்தை தணித்துக்கொள்ளும் கருவியை புகைத்து முடித்துவிட்டு அலுவலகத்திற்குள் நுழைந்தான். இவன் முகத்தைப் பார்க்கவோ அல்லது முகத்தைப் பார்த்தவர்களுக்கு இவனிடம் கேட்கவோ எந்தக் கேள்வியுமில்லை. போலவே வேலையும் அவனை தன் பக்கம் இழுத்துப் போட்டுக்கொண்டது.

வாட்சப்பிற்குள் நுழைந்து வீடியோவை டெலிட் செய்தான். கடற்கரையில் வைத்து மிருதுளா பேச சாத்தியமுள்ள பாயிண்ட்களை எல்லாம் சொல்லிப்பார்த்தான். ஊருக்கு அனுப்பச்சொல்வாள். மறுபடியும் வேலைக்காரர்களை வைத்துக்கொள்ளலாம் என்பாள். 9 மணி போல வாக்கிங் அனுப்ப முயன்று தோற்றுப்போனதை சொல்வாள். அந்த நேரத்தில் நிகழ சாத்தியமுள்ள கூடல், உரையாடல் தடைபட்டுப்போனதை முன் வைப்பாள். அதிகாலையிலேயே விழித்து விடுவதால் கெட்டுப்போகும் தூக்கத்தை சொல்வாள். நிகழ்த்த முடியாமல் போகும் சில்மிஷங்களை சொல்வாள். சகித்துக்கொள்வதில், தான் கடவுளாக வாழும் கதை சொல்வாள். இவை எல்லாவற்றையும் பொறுமையாக கேட்டுவிட்டு,

வீட்டிற்கு அப்பா அம்மாவிற்கு தெரியாமல், அந்த கேமராவை கழட்டிவிட வேண்டும். முடிந்தால் கடற்கரையில் வைத்து ஒரு ஹக். சண்டையாகிடக்கூடாது ஆண்டவா.

நூற்றுக்கு நூறு பெற்றுவிடும் முனைப்போடு அமுதன் கிளம்பிச்சென்றான். ஐந்து நிமிடம் முன்பின் ஆகியிருந்தது அந்த வகையில் எந்த சேதாரமும் இல்லை.

வெண் பஞ்சுமிட்டாய் ஒன்றை வாங்கி அதில் கொஞ்சம் அமுதனுக்கு பிய்த்துக் கொடுத்துவிட்டு, மன்னிப்புக்கேட்டாள்.

பெத்த புள்ள பார்க்கட்டும்னு வீடியோ எடுத்து அனுப்பிருக்கியே, கொஞ்சமாச்சும் அறிவு இருக்காடி உனக்கு? உங்க அப்பா, உங்க அம்மாவ செய்யாமதான் நீ பிறந்தியா? கேமரா ரிமூவ் பண்ணாதது நம்ம தப்பு. கேமரா இருக்குன்னு சொல்லாததும் நம்ம தப்பு. ஒரு பெட்ரூம்ல வாழ்ந்துகிட்டு அவங்களை ஊர்ல இருந்து வர வச்சதும் நம்ம தப்பு. அவங்க என்ன வேலைக்காரங்களா? என்ன பண்றாங்கனு கேமரால செக் பண்ண? அப்படி என்ன அவசியம் வந்துச்சின்னு நீ கேமரா செக் பண்ணின? சைக்கோவாடி நீ? இப்டி நடந்துடுச்சி, ஆக்ஸிடண்ட்டலா நான் பார்த்துட்டேன்னு விசயத்த சொல்லிருந்தா நான் நம்பியிருக்கப் போறேன். இல்லைன்னா ஒரு ஸ்க்ரீன் ஷாட்ல முடிச்சிருக்கலாம். முழுவீடியோவ அனுப்பி வச்சிருக்க? என்கிட்ட நடந்தத சொல்லாம கூட கேமராவ ரிமூவ் பண்ணியிருந்தா நீ என்ன செத்தா போயிருவ? என்னோட எமோஷனல் பேலன்ஸ் என்னாகும்னு கொஞ்சமாச்சும் நீ யோசிச்சியாடி? நீயில்லாம் என்னடி மயிரு ஹெச் ஆர்? பெருமை பேசிட்டு திரியாத அருவருப்பா இருக்கு.

மிருதுளா வீடு போய் சேரும் நேரத்தை யூகித்து, தான் குற்றவுணர்ச்சியோடு இன்னும் கடற்கரையில் அமர்ந்திருப்பதாகவும், தான் தயார் ஆகி வந்ததையும், அதற்கு நேர் எதிராக நடந்து கொண்டதால், அதை எப்படி கையாள வேண்டுமென தெரியாமல் ஈகோவை விடமுடியாமல், நிதானமே இல்லாமல் பேசிவிட்டதாகவும் மன்னிப்புக் கேட்டு ஓலை அனுப்பினான் அமுதன். அனுப்பிய செய்தியை உடனே எடிட் செய்து ஒரு எண்டர் தட்டி *I feel guilty*-ஐ மீண்டும் சேர்த்தான். அது ஒரு கவசமாகவும், அதே நேரத்தில் மிருதுளாவை

எதிர்கொள்ளத் தயங்குவதற்கான காரணமாகவும், அம்மாவிடம் எதாவது சாக்கு சொல் என்பதாகவும் அமைந்திருப்பதாக நம்பினான்.

நான் ஒரு ஹெச், ஆர் எனக்கு இதை சொல்ல முழுத்தகுதி இருக்கு அப்படிங்றதால சொல்றேன் அமுதன். உங்க ஊர்ல ஒரு சாய்வு நாற்காலி இருக்கு பாத்தியா? உங்க அப்பா அதுல சாய்ஞ்சிகிட்டு பின்னந்தலைல இரண்டு கையும் கட்டிட்டு கண்மூடிப்படுத்திருப்பாரே, அப்படி ஒரு சொகுசு நிறைஞ்சது தான் குற்றவுணர்ச்சில இருக்கேன்னு சொல்றதும். அது ஒரு இயலாமையும் கூட. குற்றவுணர்ச்சில இருக்கேன்னு சொல்றது இரண்டு கண்ணையும் இறுக மூடிக்கிட்டு நான் ஒளிஞ்சிருக்கேன் என்ன கண்டுபிடின்னு அப்பட்டமா முன்னாடி நிக்றது. பண்ணின அத்தனை சின்னத்தனமும் அப்படித்தான் பல்லிளிக்கும். இதுக்கு வெட்கமெல்லாம் கிடையாது. ஏன்னா குற்றவுணர்ச்சிங்றது சொரணையற்றவன்னு சொல்றதுக்கான இன்னொரு பதம்.

எதற்கெடுத்தாலும் *I feel guilty* அப்டினு சொல்லுவமே, இத்தனை வருசமா போட்டுடைக்காம இன்னைக்கு ஏன் இதெல்லாம் சொல்றேன்னு பாக்குறியா? *Yes, I am a HR* எனக்கு யாரை எப்படி கையாளனும்னு நல்லாவே தெரியும். *U know what?* நீ வீடியோவ பார்க்க மாட்டன்னு நிச்சயம் தெரியும். ஆனா அம்மா புள்ளங்ற பேர்ல உங்க அம்மாவ நீ சுரண்டிட்டு இருக்றதும் உங்க அம்மா உன்னை சுரண்டிட்டு இருக்றதும்..., அது உனக்குத் தெரியனும்னு நினைச்சேன். உங்க அம்மாவ ஒரு பொண்ணா எதிர்கொள்ள உனக்கு தைரியம் இருக்கான்னு தெரிஞ்சிக்க ஒரு ஷாக் ட்ரீட்மெண்ட் அவ்ளோ தான். நீ இன்னைக்கு ராத்திரி மட்டுமில்லை இன்னும் ஒருவாரம் வீட்டிற்கு வரலைன்னாலும் உங்க அப்பா அம்மாவை உன் புள்ளையை சமாளிக்கிற திறமை இருக்கு. ஏன்னா?...

வந்ததும் வராததுமாக, சுடச்சுட பதில் அனுப்பிய திருப்தியோடு முகத்தைக் கழுவிக்கொண்டு நின்ற மருமகளிடம், மகன் எங்கே என்றாள். இன்னொருமுறை எப்போது வருவானென கேட்க அவசியமற்ற பதிலை சொல்லிவிட்டு படுக்கையறைக்கு துணி மாற்றச் சென்றாள் மிருதுளா.

அமுதன் வாலறுந்த பல்லியாகவும், அறுந்து விழுந்த வாலாகவும், அவதியுற்றான். ஒரே நாளில் இரண்டுமுறை அறுபட்ட மூக்குடன் வீட்டிற்கு கிளம்பினான். டிராபிக் இல்லாத சாலையில் நிறுத்தி இன்னும் ஏதாவது அனுப்பியிருக்கிறாளாவென சோதிப்பதும் பின், தொடர்வதுமாக இருந்தான். பைக்கின் பக்கவாட்டு கண்ணாடியைத் திருப்பி முகத்தைப் பார்த்தான். அதில் எந்த குழப்பமும் இல்லை கேள்வியுமில்லை. “கல்யாணம் ஆனதுக்கு அப்றம் எதுக்கு மயிரே சொரணை”? – சொரணைக்கு மிருதுளா சொன்ன இன்னொரு அர்த்தம் சுயசமாதானம் ஆகவிடாமல் தடுத்தது. பேட்டரியை கழட்டி மாட்டியதில் பைக் டிஸ்ப்ளேயில் நேரம் தவறாக காட்டியது. பேண்ட் பாக்கெட்டிற்குள் இருந்து ஒருவழியாக போனை உருவி மணி பார்த்தான். மிருதுளாவிடமிருந்து எந்த மெசேஜும் இல்லை.

துக்கம் தாளாமல் கடலில் கால் நனைக்கலாமென நடந்து சென்று கொண்டிருக்கையில் அங்கே வழி மறித்து 200 ரூபாய்க்கு செய்துவிடுவதாக கேட்டதாகவும், என ஆரம்பித்து ஒரு கதையை சொல்லி மிருதுளாவை பழி வாங்க திட்டமிட்டு... இப்படி என்னவெல்லாமோ கதையை யோசித்துக்கொண்டே சென்றான் அமுதன். விபத்தாகிவிட்டதெனசொல்லலாமா? உண்மையிலேயே விபத்திற்குள்ளாகலாமா?

எங்க இருக்க? என மிருதுளா இன்னும் செய்தி அனுப்பாதது, தான் இல்லாமலே வாழ்ந்துவிடுவதற்கான முதற்கட்டமாக இருக்குமோவென பயந்தான். இல்லாமல் போனால்தான் இருப்பின் அருமை தெரியுமென சாபமிட்டான். ஒரு வாரம் காணாமல் போவதென்றால் எங்கே எப்படி செல்வது? இதுவரை ஒருமுறை கூட தனியாக டிக்கெட் எடுத்து படம் பார்க்கச் செல்லாதது, 100 கிலோ மீட்டர் தாண்டி தனியாக ஒரு கோயிலுக்கு கூட சென்று திரும்பாதது, ஒரு நல்ல ஹோட்டலில் தனியாளாக அமர்ந்து சாப்பிடாதது, இப்படி அங்குமிங்கும் படித்தது எல்லாவற்றிலும் தான் பொருந்திப் போவது குறித்து வெட்கப்பட்டான். வாழ்வதற்கு லாய்க்கு இல்லைதான் போல... நாம வாங்கிட்டு வந்திருக்க வரம். பாக்குற வேலை. கெரகம்.

அபார்ட்மெண்ட் வாட்ச்மேன் இருக்கையில் அமர்ந்தபடி உறங்கிக் கொண்டிருந்தார். கதவில் ஒரு இடி இடித்து கதவைத்

திறக்க வைப்பவன், பைக்கிலிருந்து இறங்கி அவருக்கு கேட்காதவாறு பைக்கை தள்ளிக்கொண்டு வந்து பார்க்கிங்கில் விட்டான். சாப்பிட மறந்து போனதும், வீட்டில் சாப்பாடு இருக்காது என்பதும் உரைத்தது. ஆன்லைனில் தேடி ஆர்டர் போடும்முன் வாசல் வந்து சேர்ந்தான்.

இவனுக்காக தாழிடாமலிருந்த கதவை சத்தமில்லாமல் திறந்துகொண்டு உள்ளே வந்தான். உப்புக்காற்றில் பிசுபிசுத்திருந்த உள்ளங்கையை மட்டும் அழுத்திக் கழுவிவிட்டு, சோபாவின் கைப்பிடியிலிருந்த டவலை எடுத்துக் கை துடைத்துவிட்டு படுக்கையறைக்குச் சென்றான். குழந்தையை அலுங்காமல் குலுங்காமல் எந்திக்கொண்டு போய் அம்மாவின் அருகில் கிடத்தினான். அம்மாவின் கை, குழந்தையை தன் உடலோடு இழுத்து அணைத்துக்கொண்டது. வந்ததை தெரிந்து கொண்டதற்கான சமிக்ஞை. வழக்கமாக கேட்கும் 'சாப்டியாமா' இல்லாமல் அங்கிருந்து நகர்ந்தான். கதவைத் தாழிடுகையில் எழுந்த ஓசைக்குப்பின் சின்ன செருமல்.

கட்டிலின் ஓரம் தூங்குவது போல பாவனை செய்தபடி ஒருக்களித்துப் படுத்திருந்தவளை தன்னை நோக்கித் திருப்பினான். இடுப்புவரை நைட்டியை ஏத்திவிட்டு மேலே படர்ந்தவனை 'கீழ போ' என்றாள்.

*** *** ***